# THE PARROT, THE HORSE & THE MAN

ਆਪਣੇ [illegible] ਨੂੰ ਪਿਆਰ ਨਾਲ
ਅਮਰਜੀਤ
7.8.23 ਲੰਦਨ

**AMARJIT CHANDAN**

# THE PARROT THE HORSE & THE MAN

Translated from the original Punjabi
by the author with Julia Casterton,
Vanessa Gebbie, Ajmer Rode,
Jaspal Singh, Stephen Watts
& John Welch

Arc
PUBLICATIONS
2017

Published by Arc Publications,
Nanholme Mill, Shaw Wood Road
Todmorden OL14 6DA, UK

Original poems copyright © Amarjit Chandan, 2017
Translation copyright © translators as named, 2017
Copyright in the present edition © Arc Publications, 2017
Design by Tony Ward
Printed in Great Britain by T.J. International Ltd,
Padstow, Cornwall

978 1910345 24 5 (pbk)
978 1910345 25 2 (hbk)
978 1910345 26 9 (ebk)

### ACKNOWLEDGEMENTS

The author writes: "I deeply thank all my translators, particularly John Welch and Stephen Watts, with whom I have worked all these years. I wish Julia Casterton were here to see the work in print. She was a kindred spirit but was 'unable to keep the connection because of so very much pain in me and around me'.

Special thanks to my friends for their consistent support – Zubair Ahmad, Ana Amália Alves, Mahmood Awan, Yves Berger, Bhagwan Josh, Gurmeet Kaur, Abdulkareem Kasid, Monika Kumar, Christina Linardaki, Gurinder Singh Mann, Ines Salpico, Navtej Sarna, Rajbala Sekhon, Anup Singh, Gurvinder Singh, Madan Gopal Singh, Sidharth, Swarajbir, Akram Varraich and Siân Williams."

Cover painting by Malkit Singh,
by kind permission of the artist.

Supported by
**ARTS COUNCIL
ENGLAND**

**Arc Publications Translations Series
Translations Editor: Jean Boase-Beier**

*In memory of John Berger
for whom I shall always carry
the keys of poetry*

*"thank you, thank you – from John
for Amarjit and the keys of poetry"*

John laughed when, thanking him
for the drawing, I asked:
*But where is the lock?*

# CONTENTS

Preface / 9

# PREFACE

Amarjit Chandan was born in Nairobi in 1946 and returned to the Punjab with his family when he was eight, living mostly in the small town of Nakodar in Jalandhar District in India. Much of his youth was thus spent in a divided Punjab. His father was a carpenter turned photographer and a communist trade unionist, who also wrote poetry. His mother was illiterate, and one result of this, as the poet notes, was that his home language, his 'mother tongue', was not adulterated. The language he thus had when he began to write poetry was orally alive, and the Gurmukhi script he writes in was enriched both by contemporary speech and by his readings of the Punjabi classics. He graduated from Panjab University in present-day India. In his early twenties he was involved with the Naxalite movement that burgeoned during the 1960s and '70s, and he was imprisoned for two years. In 1980 he migrated to London where he has lived – for what has turned out as to be most of his writing life – ever since. He worked with a community publisher in Southall, and then for a number of years in local government. At the time of publication of this volume, he works as a community interpreter, as well as continuing to write and undertake research. He has published eight books of poetry in Punjabi and is widely regarded as one of the foremost contemporary poets of that language.

*

Over the years, Chandan's work has gained many admirers, and the following comments are an indication of how highly his poetry is regarded, both by fellow artists and readers of poetry.

The first comes from John Berger to whom this collection is dedicated, for many years a friend of the poet's: "Amarjit Chandan's poetry transports its listeners or readers into an arena of timelessness. What he does is to fold time; time in his poems becomes like an arras or a hinged screen. The listener or reader is encircled by a multiplicity of times. His poetic practice assumes that there are more space-time dimensions than the four we habitually recognise. [...] Each of Chandan's poems proceeds in its own way and has its own form. Yet in all of them there is an assembly of different space-time dimensions."

Madan Gopal Singh, author, musician and singer, considers Amarjit Chandan's work within the context of Punjabi writing: "[He] has a unique sense of earthy mysticism, which I find in no other Punjabi poet. There is warmth, an insider's proximity to the ordinary objects, things and emotions. I simply adore that in his poetry – the ability to play with the ordinary with an extraordinary mystical cadence. He is an incredible poet of profound simplicities."

The author and Indian Ambassador to the USA, Navtej Sarna, comments in the same vein: "Amarjit Chandan's poems are enriched both by the heritage of classical Punjabi poetry and lyricism as well as by an awareness that is entirely global, a spirit that is homeless and rooted at the same time. Memories, treated with sensitivity but not sentimentalism, are the rich soil from which many of Chandan's verses spring forth. One can quote many of Chandan's poems to show different aspects of his treatment of language, nostalgia, loneliness and the eloquent silence."

Finally, a comment from the British poet Moniza Alvi, writing in *Modern poetry in Translation*: "Amarjit Chandan's poems convey a sharpened sense of an inner life. His work is marked by restraint and imaginative brilliance. They hold steady, as if written out of a still centre from which the flux of life, its richness and sorrows can be absorbed, contained – and let go. The poems with their brief, often oblique utterances, their gaps and spaces, tend towards a deep, meditative silence. [...] The poems move incrementally, and confidently. [...] Simple yet compelling images of the everyday often build quietly to a large concept inducing a sense of awe, while the voice is always level. [...] The poems are imbued with a feeling for the beauty of the ordinary, a sense of wonder at the world, and the essences that are beyond it, yet part of it. [...] Chandan's poems are strongly universal, partly because he brings to them a phenomenal sense of time and its workings.

With this spiritual, rooted poetry Chandan has the capacity to return our own lives to us more richly."

\*

The translation of Amarjit Chandan's poetry into English has fallen to a small group of poets with whom the poet has worked for some considerable time. John Welch has known him since the mid-1980s and Stephen Watts since the early 1990s. Julia Casterton's involvement with translating Chandan began after she heard him read at the Aldeburgh Festival in 2001 and lasted until her untimely death in 2007. Ajmer Rode, himself a Punjabi poet of stature, worked on both first drafts and finished versions; Jaspal Singh and Vanessa Gebbie are more recent translators of Chandan's work. Some translations were further honed by one or more co-translators in a process that might best be described as an informal workshop, in which the poet himself was always the central figure.

A few of the poems in this book were first written in English and are presented here with the poet's own translation into Punjabi. The fact that Chandan's use of English is rich and sure helped his translators achieve a contemporary English resonant with the sense of the poet's Punjabi, and the poet himself was scrupulous not to let the English wander too far from the original. That the poet was always a vital part of the whole process of translation means that this volume, like *Sonata for Four Hands*, his previous volume from Arc, is a genuine act of co-translation.

# THE PARROT, THE HORSE & THE MAN

## ਹੰਢਾਏ ਸੈਂਡਲਾਂ ਦੀ ਯਾਦ ਵਿਚ

ਕਈ ਸਾਲ ਹੰਢਾਏ ਸੈਂਡਲ
ਸੁੱਟਣ ਲੱਗਿਆਂ ਇਕ ਵਾਰੀ
ਦਿਲ ਥੋਹੜਾ ਥੋਹੜਾ ਹੋਇਆ

ਉਹ ਰਾਹ ਚੇਤੇ ਆਏ
ਜੋ ਸੈਂਡਲ ਪਾ ਕੇ ਗਾਹੇ
ਫੁੱਲਾਂ ਵਾਲ਼ੇ ਕੰਡਿਆਂ ਵਾਲ਼ੇ
ਸਿੱਧੇ ਵਿੰਗ-ਤੜਿੰਗੇ ਟੋਹੇ
ਜੀਣ ਦੇ ਰਸਤੇ ਸੌਖੇ ਹੋਏ

ਬੱਧਰੀ ਟੁੱਟ ਗਈ ਸੀ
ਘਸੇ ਤਲ਼ੇ ਵਿਚ ਮੋਰੀ ਹੋਈ
ਮੋਚੀ ਦੀ ਲਾਈ ਗੰਢ ਵੀ ਟੁੱਟੀ

ਕਦੇ ਕਦੇ ਹੁਣ ਲੰਘਦੇ ਜਾਂਦੇ
ਹਮਸਫ਼ਰ ਉਹ ਚੇਤੇ ਆਵਣ
ਕਿੰਨੇ ਸਾਲ ਜਿਨ੍ਹਾਂ ਸਾਥ ਨਿਭਾਇਆ
ਉਹ ਹੁਣ ਕਿੱਥੇ ਹੋਵਣਗੇ
ਉਹ ਖੌਰੇ ਮੇਰੇ ਹੰਭ ਕੇ ਸੁੱਤਿਆਂ
ਅਪਣੀਆਂ ਪੈੜਾਂ ਨੱਪਦੇ ਮੁੜ ਆਵਣਗੇ

ਫਿਰ ਮੈਂ ਨਹੀਂ ਲੱਭਣਾ

## DISCARDED SANDALS

My heart sank when I threw away the sandals
        worn for years

I remembered the ways the sandals trudged
Full with flowers and thorns and potholes

The strap was broken
There was a hole in the sole
        and there was no scope for further mending

Now while walking I miss those co-travellers
Where would they be now?
Maybe they'd come back looking for me
        following their own footsteps
Then I would be no more

*Translated by Julia Casterton*

* * *

ਅੰਦਰੋਂ ਕਰਾਹੁਣ ਦੀ ਆਵਾਜ਼ ਆਉਂਦੀ ਹੈ।
ਫਲ ਟਾਹਣੀ ਨਾਲੋਂ ਜੁਦਾ ਹੋ ਰਿਹਾ ਹੈ।
ਦੀਵੇ ਦੀ ਲੋਅ ਪੱਥਰ ਹੋ ਗਈ।
ਬਹੁਤ ਭਾਰਾ ਹੈ ਸਮਾਂ।

ਕਕਰੀਲੀ ਚਾਨਣੀ ਰਾਤ ਵਿਚ
ਧਰੇਜਾ ਨੰਗਾ ਖੜ੍ਹਾ ਤਪ ਕਰ ਰਿਹਾ ਹੈ-
ਡੌਰਭੌਰ ਮਨੁੱਖ ਸੋਚਦਾ ਹੈ
ਰੱਬ ਨੇ ਉਹਦੀ ਸੁਣ ਲੈਣੀ ਹੈ।
ਉਹ ਸੁੱਖਾਂ ਸੁੱਖਦਾ ਹੈ – ਹਰ ਔਰਤ ਮਾਂ ਬਣੇ...

ਧਰੇਜੇ ਨੇ ਪਹਿਲਾਂ ਸੋਚੀ ਹੋਈ ਆਵਾਜ਼ ਪਹਿਲੀ ਵਾਰ ਸੁਣੀ
ਹੁਣੇ ਜੰਮੇ ਬੱਚੇ ਦੇ ਰੋਣ ਦੀ ਆਵਾਜ਼

ਉਹ ਖੜ੍ਹਾ ਅਪਣੀ ਅੱਡੀ 'ਤੇ ਘੁੰਮ ਜਾਂਦਾ ਹੈ
ਲੰਮਾ ਸਾਹ ਖਿੱਚਦਿਆਂ ਅਪਣੇ ਖ਼ਿਆਲ ਦਾ ਕਲ਼ਾਵਾ ਭਰਦਾ ਹੈ
ਤੇ ਉਹਨੂੰ ਪਹਿਲੀ ਵਾਰ ਲੱਗਦਾ ਹੈ ਕਿ
ਜੋ ਕੁਝ ਵੀ ਹੈ ਉਹ ਅਸਲੀ ਹੈ ਤੇ ਉਹ ਉਹਦਾ ਦੇਣਦਾਰ ਹੈ

ਦਾਈ ਧਰੇਜੇ ਨੂੰ ਮੁੰਡਾ ਅਰਪਦੀ ਹੈ –
ਇਕ ਹੰਝੂ ਦਾਈ ਬੀਬੀ ਦੀ ਬਾਂਹ 'ਤੇ
ਤੇ ਇਕ ਹੰਝੂ ਗਿੱਗੇ ਦੀ ਗੱਲ੍ਹ 'ਤੇ ਡਿਗਦਾ ਹੈ
ਪੁੱਤ ਪਿਉ ਦੇ ਸੀਨੇ ਲੱਗਦਾ ਹੈ
ਉਸ ਦਮ ਕਿਸੇ ਨੂੰ ਕੁਝ ਯਾਦ ਨਹੀਂ ਰਹਿੰਦਾ।

ਮਾਂ ਨਾਲ਼ ਪੁੱਤਰ ਪਾਂਦਿਆਂ ਪਿਤਾ ਉਚਰਦਾ ਹੈ – ਜੀਉਂਦੀ ਰਹੁ...

ਵਿਹੜੇ ਚ ਉੱਗੇ ਸਰੀਂਹ ਦੇ ਪੱਤੇ ਹਿੱਲਦੇ ਹਨ
ਅਸੰਖ ਘੜਿਆਂ 'ਤੇ ਛੱਲਿਆਂ ਦੀ ਟੁਣਕਾਰ ਵੱਜਦੀ ਹੈ

ਹਰਿਦਵਾਰ ਦੀਆਂ ਵਹੀਆਂ ਵਿਚ ਸਤਾਰਵੀਂ ਸਦੀ ਚ ਹੋਏ ਧਰੇਜੇ ਦੇ ਨਾਂ ਤੋਂ ਸਾਡੇ ਟੱਬਰ ਦੀ ਵੇਲ ਸ਼ੁਰੂ ਹੁੰਦੀ ਹੈ।

# UNTITLED

Cries of birth pangs
      rise from the room.
Fruit is separating from the tree.
The lamp's flame petrifies.

Time grows heavy.

In the frozen moonlight
Dhareja is outside doing penance, naked.
He thinks God will hear him.
He prays – let every woman become a mother!

Dhreja hears it at last, the voice he'd imagined before,
the voice of a new-born.

He spins on his heel.

Drawing a long breath he hugs his own thought,
for the first time feels it's real
and is grateful for it.

The midwife offers the boy to Dhareja –
one tear from his eye falls on the
midwife's arm, the other
on the little-one's cheek.

The son clings to his father's chest,
he's not aware of anything else.
Giving the son back to mother,
Dhareja utters – may you live long…

The garlands of *shareenh* hung on the door sway in the yard.
Countless notes and beats rise in unison.

*Translated by John Welch & Ajmer Rode*

## ਅਗਿਆਤ ਆਵਾਸੀ ਦਾ ਸਮਾਰਕ

ਐਸਟੋਰੀਆ, ਔਰੇਗੌਨ ਵਿਚ ਗ਼ਦਰ ਸਮਾਰਕ ਤਾਂ ਕੋਈ ਬਣਿਆ ਨਹੀਂ। ਪਰ ਮੈਂ ਅਪਣੇ ਭਾਸ਼ਣ ਵਿਚ ਉਹਦੀ ਥਾਂ ਖ਼ਾਲੀ ਸਲਾਈਡ ਦਿਖਾ ਦੇਵਾਂਗੀ। - ਜੋਹੱਨਾ ਔਗਡੈੱਨ, ਇਤਿਹਾਸਕਾਰ। ਈਮੇਲ 6 ਨਵੰਬਰ 2012.

ਇਹ ਸ਼ਵੇਤ ਖੰਡ ਜੋ ਜੜਿਆ ਸ਼ਿਆਮਲ ਚੌਖਟ
ਇਹ ਸਮਾਰਕ ਹੋਰ ਕਿਤੇ ਨਾ          ਕੇਵਲ ਮਨਤਲ ਉੱਤੇ

ਇਹ ਤਲ ਇਤਨਾ ਕੋਮਲ ਸਹਿਣ ਨਾ ਜੋਗਾ ਕਿਸੇ ਵੀ ਰੰਗ ਨੂੰ

ਇਸਦਾ ਕੋਈ ਨਾ ਖਿਤਿਜ
ਇਸ ਥਾਵੇਂ ਧਰਤੀ ਤੇ ਆਕਾਸ਼ ਕਦੇ ਵੀ ਮਿਲ਼ਦੇ ਨਾਹੀਂ

ਅਹਿਲ ਛਬੀ ਇਹ ਹਰਦਮ ਹਿੱਲਦੀ ਰਹਿੰਦੀ

ਇਹ ਰਾਹਦਾਰੀ ਅਗਿਆਤ ਦੇਸ ਦੀ
ਉੱਪਰ ਕਿਹਦੀ ਫ਼ੋਟੋ ਲੱਗੀ
ਹੋਣੀ ਪਾਈ ਗਵਾਹੀ ਕਦੇ ਨਾ ਘਰ ਪਰਤਣ ਦੀ

ਇਹ ਘੜੀ ਜੋ ਨਿਤ ਦੱਸਦੀ ਹੈ ਘਰ ਛੱਡਣ ਦਾ ਵੇਲਾ
ਜਦ ਅੱਖਾਂ ਭਰ ਕੇ ਪਾਂਧੀ ਟੁਰਿਆ ਚੜ੍ਹਿਆ ਦੂਰ ਉਦਾਸੀ

ਇਹ ਸੁਪਨਾ ਜੋ ਕੈਦੀ ਲੈਂਦੇ

ਇਹ ਦਰਪਣ ਹੈ ਆਸਾ ਦੀ ਲੋਅ ਨਾ' ਲੂਹਿਆ

ਦਿਨ ਦੇ ਵੇਲੇ ਚੰਨ ਲਟਕੇ ਹੈ ਰੁੱਖ ਦੇ ਉੱਤੇ ਜਿਸਦਾ ਨਾ ਪਰਛਾਵਾਂ

ਸੁਰ ਅਵਰੋਹੀ ਆਲਾਪ ਹੈ ਛਿੜਿਆ
ਕੋਈ ਲਿਖਤ ਵਿਅੰਜਨੋਂ ਵਾਂਝੀ

ਜੀਵਨ ਪੁਸਤਕ ਅੰਤਿਮ ਪੰਨਾ ਖ਼ਾਲੀ ਰੱਖਿਆ

ਚਲਦੀ ਰੀਲ ਫ਼ਿਲਮ ਦੀ ਟੁੱਟੀ ਸਾਹਵੇਂ ਕੁਝ ਨਾ ਦਿਸਦਾ

ਠੰਢੀ ਸੀਤ ਸੁੰਨ ਸ਼ਾਂਤੀ

ਤਥਤਾ

(ਅੰਗਰੇਜ਼ੀ ਤੋਂ ਉਲੱਥਾ)

ਸੰਨ 1913 ਵਿਚ ਐਸਟੋਰੀਆ, ਔਰੇਗੌਨ ਵਿਚ ਗ਼ਦਰ ਪਾਰਟੀ ਸਾਜੀ ਗਈ ਸੀ। - ਪੂਰਕੇਵਲ ਸੁੰਨ ਨੂੰ ਪਾਲੀ ਤੇ ਸੰਸਕ੍ਰਿਤ ਵਿਚ ਤਥਤਾ ਕਿਹਾ ਜਾਂਦਾ ਹੈ।

# SUCHNESS – MEMORIAL TO AN UNKNOWN IMMIGRANT

*In my talk I will project a blank slide for the Ghadar memorial that I believe should be in Astoria, Oregon.*
    – JOHANNA OGDEN, historian (email 6 November 2012)

This white patch framed by dark
    is the memorial that exists only in the mindscape.

It is the surface too delicate to bear the weight of any colour.

It has no horizon – here the earth and the sky never meet.

It is the stillness that always moves.

It is the passport to the unknown with the true likeness of the alien
    attested in fate's hand
        with the stamp of no return.

It is the timepiece whose hands move backwards striking the past
    the moment he left home with moist eyes on the future.

It is the prisoners' dream.

It is the mirror spread out, burnt with the light of hope.

In the daylight sky the moon hangs over the shadowless tree.

It is the crescendo of vowels,
    the text with no consonants.

It is the last page of the book of life that caused his end.

The void after the film reel snapped.

The peace frozen.

*Originally written in English*

19

## ਲਾਲ ਢੰਡੋਰਾ

ਮੇਰੇ ਪਿਤਾ ਦੱਸਿਆ ਕਰਦੇ ਸਨ
ਕੰਧ ਵਲ ਇਸ਼ਾਰਾ ਕਰਕੇ -
ਮੈਂ ਓਥੇ ਰੱਖੇ ਸਨ ਇੱਟਾਂ ਹਟਾ ਕੇ
ਲਾਲ ਢੰਡੋਰਾ ਅਖ਼ਬਾਰ ਦੇ ਪਰਚੇ
ਜਿਸ ਚ ਮੇਰੀ ਕਵਿਤਾ ਛਪਦੀ ਸੀ
ਪਰ ਕਿਥੇ ਹੋਣੇ ਨੇ ਹੁਣ
ਗਾਲ਼ ਦਿੱਤੇ ਹੋਣਗੇ ਧੁੱਪ, ਮੀਂਹ ਤੇ ਸਾਲਾਂ ਨੇ

ਉਨ੍ਹਾਂ ਨੂੰ ਚੰਗਾ ਨਹੀਂ ਸੀ ਲੱਗਦਾ
ਪੁਲਸ ਦੇ ਡਰੋਂ ਕਾਗ਼ਜ਼ 'ਤੇ ਛਪੇ ਸ਼ਬਦ ਨੂੰ ਲੂਹਣਾ
ਜਾਂ ਸੁੱਟ ਦੇਣਾ

ਪੁਲਸ ਕਦੇ ਨਾ ਆਈ
ਪਿਤਾ ਪਰਦੇਸ ਚਲੇ ਗਏ
ਹੜ੍ਹ ਆਏ ਤੇ ਕੰਧ ਢਹਿ ਗਈ

ਵਿਰਸੇ ਚ ਮਿਲੀ ਮੈਨੂੰ ਚੇਤੇ ਦੀ ਖੜ੍ਹੀ ਉਹ ਕੰਧ
ਜਿਸ ਵਿਚ ਸਾਂਭੇ ਨੇ ਡਰ, ਸੁਪਨੇ ਤੇ ਭੇਤ
ਗਾਲ਼ ਨਹੀਂ ਸਕਦੀ ਕੋਈ ਵੀ ਧੁੱਪ ਜਾਂ ਬਰਸਾਤ
ਕਾਗ਼ਜ਼ 'ਤੇ ਛਪੇ ਉਨ੍ਹਾਂ ਹਰਫ਼ਾਂ ਨੂੰ

ਲਾਲ ਢੰਡੋਰਾ - ਪੰਜਾਬ ਵਿਚ ਉੱਨੀ ਸੌ ਤੀਹਾਂ ਵਿਚ ਛਪਦਾ ਰਿਹਾ ਕਿਰਤੀ ਪਾਰਟੀ ਦਾ ਅੰਡਰਗਰਾਊਂਡ ਅਖ਼ਬਾਰ।

## THE RED MESSENGER

Father used to tell me, pointing towards the wall,
"There I hid the paper *Lal Dhandora* the Red Messenger
           with my poems in it
They are all gone by now
Destroyed by the sun and rains."

He hated burning the word printed on paper
Fearing the police

They never came
Father went into exile
Rains came and the wall collapsed

I inherited the wall still erect in my mind
In it the fears the secrets and dreams are buried safe
No sun no rainwater can damage
           the words printed on the paper

*Translated by Amarjit Chandan*

## ਕੁੜੀਆਂ ਕਸੀਦਾ ਕੱਢਦੀਆਂ

ਕੁੜੀਆਂ ਬੈਠ ਕਸੀਦਾ ਕੱਢਣ
ਸੰਗ ਸੁਰੰਗਲੇ ਧਾਗੇ
ਵਿਛਣੇ ਨੂੰ ਉੱਤੇ ਪਲ਼ੰਘ ਸੁਹਾਗੇ

ਕੈਂਹ ਦੀ ਕੌਲੀ ਘੱਸਦੀ ਤੇਲ ਛੁਹਾ ਕੇ
ਲਾਹੁੰਦੀਆਂ ਛਾਪੇ
ਚੱਦਰਾਂ ਤੋਂ ਚੱਦਰਾਂ ਦੇ ਉੱਤੇ
ਉੱਤਰੇ ਉਡ ਕੇ ਗੀਤਾਂ ਵਿੱਚੋਂ
ਮੋਰ ਕਲਹਿਰੀ ਫਲ ਫੁੱਲ ਬੂਟੇ
ਹੁਣ ਖਿੜਨੇ ਫਿਰ ਮੁਰਝਾਣੇ
ਜਦ ਹੋਣਾ ਸੱਖਣਾ ਬਾਬਲ ਵਿਹੜਾ

ਕੁੜੀ ਕਸੀਦਾ ਕੱਢਦੀ ਕੱਢਦੀ
ਜਾ ਚੜ੍ਹਦੀ ਸੇਜ ਦੇ ਉੱਤੇ
ਕੀ ਦੇਖੇ? – ਚੜ੍ਹਦੇ ਚੰਨ ਅਨੇਕਾਂ
ਸੂਈ ਨਾ' ਪੋਟਾ ਪੁੜਿਆ
ਊਈ ਆਖ ਉਂਗ਼ਲੀ ਮੂੰਹ ਵਿਚ ਪਾਈ ਚੂਸੇ ਲਹੂ ਦਾ ਟੇਪਾ
ਫਿਰ ਤੱਕਦੀ ਬਾਲ ਦਾ ਚਿਹਰਾ
ਰਿੜ੍ਹਦਾ ਰਿੜ੍ਹਦਾ ਪਲੰਘ ਦੇ ਹੇਠਾਂ
ਲਟਕੀ ਚੱਦਰ ਦੀ ਲੈਸ ਨੂੰ ਫੜ ਕੇ ਉੱਠਣ ਉੱਠਣ ਕਰਦਾ ਖੜ੍ਹਾ ਹੈ ਹੁੰਦਾ
ਤੁਰਨੇ ਲਗਦਾ ਪਹਿਲੀ ਵਾਰੀ
ਅਪਣੀ ਹੋਣੇ ਵਾਲ਼ੀ ਮਾਂ ਦੇ ਵੱਲਾਂ

## GIRLS EMBROIDERING

Girls sit and chat
Embroidering sheets woven with double strands of yarn
        in threads of primary colours,
        that they'll spread on their nuptial beds.
First they rub a bronze bowl, its base shining with mustard oil
        tracing patterns of wedding songs on the fabric
                bordering the void to be left in their parents'
                        house when they are married off.

She lies on her back and sees several moons in the sky.
She pricks her finger with the needle.
Saying "Ow" sucking the drop of blood off the tip of her finger.
The face of a baby emerges even before the face of its father
                                whom she is yet to see.
It's hers.
She pictures the baby crawling under the bed,
Catching hold of the crochet lace of the hanging sheet,
        standing up and taking his first steps, walking towards her,
His mother to be.

*Translated by Amarjit Chandan*

23

# ਕਰੋਸ਼ੀਏ ਦੀ ਅੰਗੀ

ਉਸ ਹੱਥ ਦਾ ਕੌਲ ਬਣਾਇਆ
ਮੇਚ ਲਿਆ ਅਪਣੀ ਹਿੱਕੜੀ ਦਾ
ਫਿਰ ਨਾਲ਼ ਕਰੋਸ਼ੀਏ ਉਣਨੇ ਲੱਗੀ ਅਪਣੀ ਅੰਗੀ

ਨਾਲ਼ ਸਿਲਾਈ ਉਂਗਲ਼ੀ ਨੱਚੇ
ਘਰ ਵਿਚ ਘਰ
ਘੁਰੇ ਵਿਚ ਘੁਰਨਾ

ਸ਼ੀਸ਼ੇ 'ਗਾੜੀ ਅੰਗੀ ਪਾ ਕੇ ਦੇਖੇ
ਮੇਚਾ ਐਨ ਸਹੀ ਹੈ

ਬੁਣਤੀ ਦੀਆਂ ਮੋਰੀਆਂ ਵਿਚ ਦੀ
ਕਿੰਨੀਆਂ ਅੱਖੀਆਂ ਝਾਕਣ ਉਭਾਰ ਕੁੜੀ ਦੇ

ਬੁੱਲ੍ਹਾਂ ਨੂੰ ਘੁੱਟ ਸਿਕੋੜ ਕੇ ਅੱਖਾਂ
ਸੋਚਣ ਲੱਗੀ ਗੱਭਰੂ ਓਹਦਾ ਤਣੀ ਅੰਗੀ ਦੀ ਖੋਲ੍ਹ ਰਿਹਾ ਹੈ

ਖੁੱਲ੍ਹ ਗਈ ਅੰਗੀ
ਢਿਲਕੀ
ਡਿੱਗਣ ਲੱਗੀ
ਇਕ ਪਲ ਅਟਕੀ ਨਾਲ਼ ਅਕੜਾਈ ਡੋਡੀ

# THE CROCHETED BRA

She made a cup of her palm to measure her breast.
She started crocheting her bra.
    The metal hook and her finger danced,
        pulling and wrapping the yarn
           stitch by stitch,
                row after row,
           loop through loop.

When finished, she tried it on,
In her own presence in the mirror.
It fitted well,
The curves clearly defined.
Through holes in the pattern
       many eyes watched her in silent awe.

Pursing her lips and narrowing her eyes
She imagined the hands of her man
      unknotting –
For a moment it kept hanging
      by the aroused nipple of her left breast.

*Translated by Amarjit Chandan*

## ਚੁੱਪ-।

ਚੁੱਪ ਸੁਣਦੀ ਹੈ
...

ਚੁੱਪ
ਜੋ ਮਹਾਧਮਾਕੇ ਦੇ ਬੀਅ ਅੰਦਰ ਹੈ
ਸ਼ਬਦ ਦੇ ਉਚਰਨ ਤੋਂ ਪਹਿਲਾਂ
ਮੋਇਆਂ ਦੀਆਂ ਗੱਲਾਂ ਦੇ ਵਿਚ
ਨੀਂਦਰ ਦੀ ਕੂਕ ਦੇ ਅੰਦਰ ਹੈ
ਆਦਿ ਤੋਂ ਪਹਿਲੇ
ਅੰਤ ਦੇ ਮਗਰੋਂ
ਸਮੇਂ ਤੋਂ ਬਾਹਰ
ਹਰ ਸ਼ੈਅ ਅੰਦਰ

ਚੁੱਪ ਨਹੀਂ ਸੁਣਦੀ
ਸ਼ੋਰ ਬੜਾ ਹੈ
ਯਾਦਾਂ ਦਾ
ਸਾਹਵਾਂ ਦਾ
ਲਫ਼ਜ਼ਾਂ ਦਾ
ਕੰਨ ਵੱਜਦੇ ਹਨ
ਚੁੱਪ ਦੀ ਦਾਤ ਦਵੋ ਮੇਰੇ ਰੱਬ ਜੀ
ਜੀਵਣ ਦੀ ਚੁੱਪ ਦਾ

## SILENCE – I

Hark!

…

I hear the silence
      lodged in the seed of the Big Bang.

Silence rules before the word is uttered.

Silence is the language of the dead.

Silence is in the cry in the sleep.

Silence is before the beginning and after the end.

Silence is beyond time though within every thing.

Silence becomes inaudible as noise dominates –
      noise of memories, of breathing and of words.

The ears hear voices.

O God, bless me with silence – the silence of solitude.

*Translated by Jaspal Singh*

## ਚੁੱਪ-॥

ਚੁੱਪ ਹੈ ਚਾਰੇ ਪਾਸੇ
ਬੰਦਾ ਹੀ ਹੈ ਜੋ ਚੁੱਪ ਨੂੰ ਬੋਲਣ ਲਗਦਾ
ਫਿਰ ਕਿਉਂ ਕਿਉਂ ਕਰਦਾ

ਚਲਦੀ ਗੱਡੀ ਚੁੱਪ ਮੁਸਾਫ਼ਿਰ
ਕੁਝ ਖੜਕਾ ਸੁਣਦੇ ਹਨ
ਕੁਝ ਨਹੀਂ ਸੁਣਦੇ

ਆਵਾਜ਼ ਜਿਉਂ ਚੁੱਪ ਦੀ ਮਿੱਟੀ ਵਿਚ ਉੱਗਿਆ ਰੁੱਖ ਹੈ

ਆਵਾਜ਼ ਚੁੱਪ ਦੀ ਖੱਲੜੀ ਹੈ
ਇਹ ਫਲ ਹੈ
ਇਹ ਆਂਡਾ ਹੈ

ਆਵਾਜ਼ ਚੁੱਪ ਨੂੰ ਛੂਹ ਕੇ ਮੁੜਦੀ

ਚੁੱਪ ਸੁਪਨੇ ਵਿਚ ਬੋਲੇ
ਬਾਗ਼ਾਂ ਦੇ ਘੋਰ ਅੰਨ੍ਹੇਰੇ ਅੰਦਰ
ਕੋਈ ਕਿਸੇ ਦਾ ਨਾਂ ਲੈਂਦਾ ਹੈ ਡਰ ਕੇ
ਚੁੱਪ ਹੋਰ ਡੂੰਘੀ ਹੋ ਜਾਂਦੀ ਹੈ

ਬਹੁਤ ਚੁੱਪ ਹੈ ਚੁੱਪ ਗੁੰਗੀ ਹੈ
ਚੁੱਪ ਹੈ ਚਾਰੇ ਪਾਸੇ

## SILENCE – II

Silence prevails everywhere.

Only man breaks the spell of the silence
    beginning with the naming of things
        and seeking answers to all his questions.

Some passengers in the moving train hear the noise
Others do not.

Sound is like a tree
    grown in the soil of silence.

Sound is the skin of silence – it is the fruit, it is the egg.

Sound rebounds after touching the soul of silence.

Silence speaks through dreams.

Lost in the pitch black of a grove
Dumbfounded someone invokes a name
Silence deepens further still.

*Translated by Jaspal Singh*

## ਆਵਾਜ਼

ਇਹ ਕੈਸੀ ਹੈ ਆਵਾਜ਼ -
ਅੱਗ ਧਧਕਦੀ ਜਾਂ ਮੇਘਾ ਬਰਸ ਰਿਹਾ ਹੈ
ਐਸੀ ਮੈਨੂੰ ਹੀ ਸੁਣਦੀ ਹੈ ਜਾਂ ਹਰ ਕੋਈ ਸੁਣਦਾ
ਜੋ ਮੇਰੇ ਅੰਦਰ ਗੂੰਜ ਰਹੀ ਹੈ

ਚੇਤੇ ਵਿਚ ਪਈਆਂ ਆਵਾਜ਼ਾਂ
ਹਮਆਵਾਜ਼ ਨੂੰ ਸੁਣ ਰਹੀਆਂ ਹਨ -
ਭੈਣ ਦੀ ਜਾਈ ਦੀ ਨੰਗੀ ਪਿਠ ਦਿਸਦੀ ਹੈ
ਵਰ੍ਹਦੇ ਮੀਂਹ ਵਿਚ ਪਿੰਡੇ ਦੀ ਪਿੱਤ ਮਾਰ ਰਹੀ ਹੈ
ਜਾਂ ਫਿਰ ਚਿਤਾ ਪਿਤਾ ਦੀ ਧੂ-ਧੂ ਕਰਦੀ ਬਲ਼ਦੀ
ਜਾਂ ਬਰਫ਼ਾਨੀ ਰੁੱਤੇ ਅੱਗ ਦੀ ਲੋਏ
ਦੋ ਤਨ ਬਲ਼ਦੇ ਦਿਲ ਅਪਣੇ ਨੂੰ ਠਾਰ ਰਹੇ ਹਨ

ਮੇਰਿਆ ਰੱਬਾ
ਪਾਣੀ ਡਿਗਦਾ ਰਹਿੰਦਾ
ਅੱਗ ਨਹੀਂ ਬਲਣੋਂ ਹਟਦੀ

## THE SOUND

What a sound is this.
Is it the fire burning or the falling rain?
Is it me, or everybody who hears the sound
      echoing inside me?

All these sounds in my memory chime together –

Is it the naked back of my niece
Being lashed by the monsoon rain
      to treat her *pit*
or is it the burning pyre of my father
or two bodies making love by the open fire?

Oh my God
Water keeps on falling
and the fire won't stop burning.

*Translated by Stephen Watts*

## ਅਲਗ਼ੋਜ਼ੇ

ਅਲਗ਼ੋਜ਼ੇ ਹੁਣੇ ਈ ਵਜ ਕੇ ਹਟੇ ਹਨ।

ਚੁੱਪ ਦੀ ਮਿੱਟੀ ਵਿਚ
ਜੋ ਬੋਲ-ਵਿਹੂਣੀ ਸੁਰ ਦਾ ਬੀਜ ਮਲਕੜੇ ਡਿੱਗਾ
ਉਹ ਪੁੰਗਰਨ ਲਈ ਕਸਮਸਾਵਣ ਲੱਗਾ ਹੈ।
ਸਮਾਂ ਜੋ ਕਿਤਨਾ ਚਿਰ ਬੰਨ੍ਹਿਆਂ ਰਿਹਾ ਖਲੋਤਾ
ਉਹ ਹੁਣ ਮੁਕਤ ਹੋ ਗਿਆ
ਉਹ ਲੱਖ ਪਰਿੰਦਿਆਂ ਦੇ ਖੰਭਾਂ 'ਤੇ ਚੜ੍ਹ
ਚਹੁੰ ਕੂਟੀਂ ਉੜ ਗਿਆ ਹੈ
ਆਲਮ ਸਾਰੇ ਖ਼ਬਰ ਹੋ ਗਈ -
ਅਲਗ਼ੋਜ਼ੇ ਹੁਣੇ ਈ ਵਜ ਕੇ ਹਟੇ ਹਨ।

ਆਪੇ ਸਾਜ਼ ਆਪ ਆਵਾਜ਼ ਆਪ ਵਜੰਦੀ
ਅਪਣੇ ਆਪ ਨਾ਼ਲ ਗੱਲਾਂ ਕਰਦੀ
ਆਪੇ ਹੀ ਹੁੰਗਾਰਾ ਭਰਦੀ ਚੁੱਪ ਭਈ ਹੈ।
ਸਾਹ ਰੋਕੀ ਜੋ ਦਿਲ ਦੀ ਧੜਕਣ ਸੁਣ ਰਹੀ ਸੀ
ਉਹ ਠੰਢਾ ਹਉਕਾ ਲੈਵਣ ਲੱਗੀ ਹੈ -
ਅਲਗ਼ੋਜ਼ੇ ਹੁਣੇ ਈ ਵਜ ਕੇ ਹਟੇ ਹਨ।

ਹਰ ਸ਼ੈਅ ਅਪਣਾ ਮੂਲ ਪਛਾਤਾ
ਜੜ੍ਹ ਨੇ ਅਪਣੀ ਜੜ੍ਹ ਲਭੀ।
ਜੋ ਨ ਸੀ, ਉਹ ਵੀ ਹੋ ਗਿਆ
ਤੇ ਜੋ ਹੈ, ਉਹ ਅਣਹੋਇਆ।
ਜੋਗ-ਪਰਿੰਦਾ ਮੁੜ ਘਰ ਆਇਆ
ਅੰਬਰ ਅੰਬਰ ਗਾਹ ਕੇ ਆਖ਼ਿਰ ਆਣ ਆਲ੍ਹਣੇ ਲੱਥਾ
ਤੇ ਪੰਖ ਫੈਲਾਵਣ ਲੱਗਾ ਹੈ -
ਅਲਗ਼ੋਜ਼ੇ ਹੁਣੇ ਈ ਵਜ ਕੇ ਹਟੇ ਹਨ॥

# THE ALGOZÉ

The algozé have just stopped playing.

The seed of wordless sound, dropped softly
        into silence, searching for life.
Time, held still, is free again.
Borne by a thousand wings
It has spread the word all around –
The algozé have just stopped playing.

All is one –
        the instrument
        the sound
        and the playing
It converses with itself
It responds to itself
It has held its breath
        and listened to the throbbing heart
And is now about to heave a sigh –
The algozé have just stopped playing.

Everything has discovered its essence –
The root has found its root.
What was not            has become.
What was        is reduced to naught.
After combing out the skies
The yogi bird nestles in the nest,
        its wings limp.
The algozé have just stopped playing.

*Translated by Amarjit Chandan*

# ਕੱਲ੍ਹ

ਗਰੀਕ ਦੇਸ ਦੇ ਥੀਓ ਐਂਗਲੂਪੂਲੋਸ ਦੀ ਫ਼ਿਲਮ *ਅਟੈਰਨਿਟੀ ਐਂਡ ਏ ਡੇਅ* ਦੇਖ ਕੇ

ਕੱਲ੍ਹ ਤਾਂ ਕਾਲ਼ ਅਨੰਤਾ ਤੇ ਹਿਕ ਦਿਹਾੜਾ

ਕੱਲ੍ਹ ਤਾਂ ਕੱਲ੍ਹ ਦੇ ਦਿਨ ਜਿੱਡਾ
ਜਿਸਦੀ ਰਾਤ ਵੀ ਚਿੱਟੀ ਹੋਣੀ

ਕੱਲ੍ਹ ਤਾਂ ਲੰਮੀ ਚੁੰਮੀ

ਕੱਲ੍ਹ ਤਾਂ ਉਹ ਹੈ
ਜੋ ਹੁਣ ਮੌਜੂਦ ਨਹੀਂ ਹੈ

ਕੱਲ੍ਹ ਤਾਂ ਉਹ ਸੁਪਨਾ ਹੈ
ਜੋ ਤੂੰ ਮੈਂ ਰਲ਼ ਕੇ ਤੱਕਣਾ ਹੁਣ-ਖਿਣ ਅੰਦਰ

ਕੱਲ੍ਹ ਤਾਂ ਅਗਲੇ ਪਲ ਹੀ ਫੁੱਲ ਖਿੜਨਾ ਹੈ
ਜੋ ਕਿਸੇ ਨਾ ਤੱਕਣਾ

ਕੱਲ੍ਹ ਤਾਂ ਕੁੱਲ ਘੜੀਆਂ ਦੇ ਟੁੱਟ ਜਾਣ ਦਾ ਦਿਨ ਹੈ

ਜੋ ਵੀ ਹੋਣਾ
ਓਹੀਓ ਕੱਲ੍ਹ ਹੈ
ਕੱਲ੍ਹ ਮਰਨਾ ਹੈ
ਕੱਲ੍ਹ ਜੀਊਣਾ ਹੈ

## TOMORROW

*After seeing Theo Angelopoulos' film* Eternity and a Day

Tomorrow is eternity and a day.

Tomorrow will last longer
      followed by a white night.

Tomorrow is the long kiss.

Tomorrow is what is not present.

Tomorrow is the dream we'll share
      in the present moment of time.

Tomorrow is the flower about to blossom
      not to be seen by anyone.

Tomorrow is the day when all the clocks will break.

Whatever is to happen is tomorrow.
Tomorrow is death.
Tomorrow is life.

*Translated by Amarjit Chandan*

# ਬੂਹਾ

ਤਾਲ਼ੇ ਕਰਕੇ ਚਾਬੀ ਬਣੀ ਸੀ
ਬੂਹੇ ਕਰਕੇ ਤਾਲ਼ਾ
ਬੂਹਾ ਬਣਿਆ ਬੰਦੇ ਖ਼ਾਤਿਰ

ਬੰਦੇ ਨੂੰ ਬਾਹਰੋਂ ਡਰ ਲਗਦਾ ਸੀ
ਬਾਹਰ ਓਹਦੇ ਮੌਰੀਂ ਚੜ੍ਹ ਬਹਿੰਦਾ ਸੀ

ਬੂਹੇ ਪਿੱਛੇ ਬੰਦੇ ਅਪਣਾ ਘਰ ਬਣਾਇਆ

ਬੂਹਾ ਬੰਧਨ ਨਹੀਂ ਸੀ
ਬੂਹਾ ਹੱਦ ਸੀ          ਅੰਦਰ ਤੇ ਬਾਹਰ ਦੀ

ਬਾਹਰ ਬੰਦਾ ਭੀੜ ਚ ਕੱਲਾ ਸੀ
ਅੰਦਰ ਵੜ ਉਸ ਜਾਤਾ          ਉਹ ਕੱਲਾ ਨਹੀਂ ਹੈ
ਉਹ ਕੱਲਾ ਕਦੇ ਨਾ ਹੋ ਸਕਦਾ

ਬੰਦੇ ਜੋ ਵੀ ਲੱਭਾ ਅੰਦਰ ਵੜ ਕੇ ਲੱਭਾ
ਅੰਦਰ ਸੀ ਪਈ
          ਲਾਠੀ ਉੱਤੇ ਚਾਟੀ
          ਚਾਟੀ ਉੱਤੇ ਗੜਵਾ
          ਗੜਵੇ ਉੱਤੇ ਗੜਵੀ
          ਗੜਵੀ ਵਿਚ ਹੀ ਟਕਾ ਪਿਆ ਸੀ
ਉਹ ਬੰਦੇ ਨੇ ਆਖ਼ਿਰ ਲਭ ਲਿਆ

# THE DOOR

The key was made because of the lock
the lock was made for the door
and the door was made for man

Man was scared of outside
The outside would weigh on his shoulders

Man discovered home behind the door

The door was not a barrier
But the borderline
                        between inside and outside

Out there man felt alone in the crowd
He realised inside that he is not alone
He can never be alone

Whatever he discovered
He discovered inside
            *there was a stick*
            *on the stick stood a pot*
            *in the pot was a bowl*
            *in the bowl was the* tãka
Man discovered the ultimate inside

*Translated by John Welch*

## ਮੂਰਖ ਬੰਦੇ ਦਾ ਸੁਪਨਾ

ਨੇਰ੍ਹੀ ਗੁੱਠ ਸੀ ਸਿਨਮੇਘਰ ਦੀ
ਉਹ ਸੀ ਤੇ ਮੈਂ ਸੀ
ਹੱਸ ਹੱਸ ਕਮਲ਼ੇ ਹੁੰਦੇ ਫ਼ਿਲਮ ਦੇਖਦੇ -

ਕੁੜੀ ਕਿੰਜ ਦਿਲ ਦੇ ਬਹਿੰਦੀ
ਮਾਰ ਟਪੂਸੀਆਂ ਗਾਉਂਦੇ
ਪਾਗਲ ਝੁੱਡੂ ਬਾਂਦਰ-ਮੂੰਹੇਂ ਨੂੰ

ਉਹ ਆਖਣ ਲੱਗੀ -
ਇਹ ਮੂਰਖ ਬੰਦੇ ਦਾ ਸੁਪਨਾ ਹੈ!

ਮੈਂ ਉਹਦੇ ਕੰਨ ਵਿਚ ਪੁੱਛਿਆ -
ਅਕਲਾਂ ਵਾਲ਼ਾ ਸੁਪਨਾ ਦਸ ਤਾਂ ਕੀ ਹੁੰਦਾ ਹੈ?

ਪਤਾ ਨਹੀਂ - ਆਖ ਕੇ ਉੱਚੀ ਉੱਚੀ ਹੱਸਣ ਲੱਗੀ -
ਮੂਰਖ ਸਿੰਘ ਜੀ, ਕੀ ਪਤਾ ਹੈ ਤੈਨੂੰ
ਆਪਾਂ ਸੱਭੇ ਕਿਸ ਮੂਰਖ ਦਾ ਸੁਪਨਾ ਹਾਂ ?!

## FOOLISH MAN'S DREAM

In the dark corner of the cinema hall
She and me
      watching a film   laughing our hearts out

How a girl falls for a monkey-faced idiot
      who woos her with dancing and singing

She said:
This is a foolish man dreaming

I whispered in her ear –
Do you know the wise man's dream?

She gave a big laugh –
Stupid, don't you see, we are all
      the dream of the Foolish Man

*Translated by John Welch & Stephen Watts*

# ਤੇਹ

ਤੇਹ ਉਹ ਬੋਲ ਜਿਸਦਾ ਕੋਈ ਨਾ ਸਾਨੀ

ਕੋਈ ਜੋ ਮੈਨੂੰ ਤੇਹ ਕਰਦਾ ਹੈ
ਜਿਸਨੂੰ ਮੇਰੀ ਤੇਹ ਹੈ ਲੱਗੀ
ਪਾਣੀ ਵੀ ਬਿਨ ਤੇਹ ਦੇ ਕਾਹਦਾ ਪਾਣੀ

ਤੇਹ ਤਾਂ ਦਿਲ ਨੂੰ ਪੈਂਦੀ ਖੋਹ ਹੈ
ਜਿਸਨੂੰ ਕੋਈ ਦਿਲ ਵਾਲ਼ਾ ਭਰਦਾ

ਤੇਹ ਉਤੜਦਾ ਟਿਕਿਆ ਪੰਛੀ
ਜਿਸਦੇ ਪੈਰ ਨਾ ਥੱਲੇ ਲੱਗਦੇ
ਤੇਹ ਤਾਂ ਉਸ ਪੰਛੀ ਦਾ ਸਾਹ ਹੈ
ਤੇਹ ਤਾਂ ਉਸਦੀ ਛਾਂ ਹੈ   ਖੰਭ ਵਲ੍ਹੇਟ ਕੇ ਬੈਠੀ

ਤੇਹ ਤਾਂ ਉਹਦਾ ਨਾਂ ਹੈ
ਜਿਸਨੂੰ ਲਿਆਂ ਮੂੰਹ ਮਿੱਠਾ ਹੋਵੇ
ਮਿੱਠੀ ਜਿਸਦੀ ਅੱਖਾਂ ਮੁੰਦ ਕੇ ਚੇਤੇ ਕਰਦਾਂ

ਤੇਹ ਅਪਣੇ ਆਪ ਨਾ' ਗੱਲਾਂ ਕਰਨਾ   ਹਉਮੈ ਹਰਨਾ
ਸੱਜਣ ਨੂੰ ਤੱਕਣਾ          ਹੌਲ਼ੇ ਹੌਲ਼ੇ
ਤੇਹ ਹਵਾ ਨੂੰ ਪਾਈ ਜੱਫੀ

## LOVE

There is no other word
Love is the word

Love is the word for thirst
Water thirsts after it

Love is the bird in the air hovering
Love is the breath of that bird
Love is its shadow sitting hunched up

Love is your name
I whisper it – it sweetens my mouth
I close my eyes and see us kissing

Love talks to itself – losing itself
Love is watching you in slow motion
Love is the air embraced

*Translated by John Welch*

## ਇੰਜ ਹੀ ਹੁੰਦੈ

ਤੂੰ ਤਾਂ ਇਸ਼ਕ ਦਾ ਨੁਕਤਾ ਫੜਿਆ -
ਇਸ਼ਕ ਉਹ ਹੁੰਦਾ, ਜੋ ਜੁਦਾ ਹੈ ਕਰਦਾ
ਇਹ ਹੋ ਜਾਂਦਾ ਨਹੀਂ, ਇਹ ਹੁੰਦਾ ਰਹਿੰਦਾ।

ਕੀ ਤੇਰੇ ਭਾਣੇ ਇਸ਼ਕ ਇਵੇਂ ਹੈ
ਜਿਉਂ ਜੁਦਾ ਹੈ ਹੁੰਦਾ
ਬੁੱਲ੍ਹਾਂ ਤੋਂ ਅਣਸੁਣਿਆ ਬੋਲ
ਅੰਕੁਰ ਬੀਜਕ ਤੋਂ
ਰੰਗ ਸੂਰਜ ਤੋਂ
ਕਲਮ ਤੋਂ ਕਾਗ਼ਜ਼
        ਲਫ਼ਜ਼ ਤੋਂ ਮਾਅਨੀ
ਪੰਧ ਪੈਰ ਤੋਂ
ਨਾੜੂਓਂ ਬੱਚਾ
ਇਕ ਬਣਿਆ ਹੋਰ ਨਛੱਤਰ
ਜੋਤ ਤੋਂ ਜੋਤੀ
ਪਿੰਜਰੇ ਤੋਂ ਪੰਛੀ
ਚੁੰਮੀ ਅਲਵਿਦਾਈ
ਵਿੱਛੜਦੇ ਹੱਥਾਂ ਦੀ ਛੁਹ

ਤੂੰ ਤਾਂ ਇਸ਼ਕ ਦਾ ਨੁਕਤਾ ਫੜਿਆ -
ਜੋ ਇਸ਼ਕ ਜੁਦਾ ਕਰਦਾ, ਓਹੀ ਸਤਿ ਹੈ।
ਜੁਦਾ ਹੋਵਣ ਵਿਚ ਹੀ ਮੁਕਤੀ ਹੈ।

ਦੱਸ ਤਾਂ ਸਹੀ ਕਿ ਸੱਚੀਂ ਇੰਜ ਹੀ ਹੁੰਦੈ?

# IS IT?

So you believe in love that separates
      that the word love is a verb.

Is it like
A whisper unheard
Love made to the full
A seedling sprouting out of a seed
The sun and its many colours
A pen writing a word
      and the meanings of the word
A journey left behind
A new born baby, the cord just cut
A new born star
A flame that kindles another flame
A bird flying out of a cage
A farewell kiss and
The departing touch of hands?

You say the love that separates is reality,
      that the separation is freedom.

Is it really so?

*Translated by John Welch*

# ਖੂਹ

ਤੂੰ ਮੇਰੀ ਰੂਹ ਵਾਲ਼ੀ

ਖੂਹ ਇਸ ਰੂਹ ਦਾ ਸੁੱਕਣਾ ਨਹੀਂ ਹੈ
ਤੂੰ ਲੱਖ ਜਨਮਾਂ ਦੀ ਤੇਹ ਬੁਝਾ ਲੈ

ਅਨੰਤ ਪਿਆਸ ਅਨੰਤ ਹੈ ਪਾਣੀ
ਅਨੰਤ ਚੰਦਰਮਾ ਤਰਦਾ ਇਸਦੇ ਉੱਤੇ

ਹਰ ਪਲ ਤੇਰਾ ਰੂਪ ਬਦਲਦਾ
ਜੋ ਦਿਲ ਵਿਚ ਹੈ
ਉਹ ਅੱਖੀਆਂ ਵਿਚ ਨਕਸ਼ਾਂ ਵਿਚ ਆ ਜਾਂਦਾ

ਹੁਣੇ ਤੂੰ ਬੁੱਲ੍ਹ ਘੁੱਟੇ ਸਨ
ਹੁਣੇ ਸੀ ਮੱਥਾ ਕੱਠਾ ਹੋਇਆ
ਹੁਣੇ ਸੋਚ ਕੋਈ ਅੱਖੀਆਂ ਨੂੰ ਸੇਜਲ ਕਰ ਗਈ

ਸਿਰ ਟੇਢਾ ਕਰਕੇ ਮੈਨੂੰ ਤੱਕੇਂ

ਤੂੰਹੀਓਂ ਆਖੇਂ –
ਰੱਬ ਦਿਸਦਾ ਨਹੀਂ, ਰੱਬ ਸੁਣਦਾ ਹੁੰਦਾ

## THE WELL

The well of my soul will never dry up
You can quench your thirst there, in every incarnation

The thirst is boundless      so is the water
Timeless is the moon floating on its surface

Your face changes every moment
Your eyes betray your feelings

      Just now you puckered your lips
      Just now you furrowed your forehead
      Just now a thought made your eyes glisten

You tilt your head to your right
             and look at me

I hear a whisper –
God is not an image
          but a voice

*Translated by John Welch*

## ਤੇਰੇ ਅੰਦਰ

ਤੇਰੀਆਂ ਅੱਖਾਂ ਚ ਰਾਤ ਮਟਕ ਰਹੀ ਹੈ

ਤੇਰੇ ਸਿਰ 'ਤੇ ਧੁੱਪਾਂ ਦੀ ਚੁੰਨੀ
ਸੁਹਾਗਣ ਅੱਖੀਆਂ ਹਰ ਸ਼ੈਅ ਨੂੰ ਚੁੰਮਦੀਆਂ

ਅੱਜ ਮੈਨੂੰ ਤੇਰਾ ਵਰ ਮਿਲਿਆ ਹੈ

ਰਾਤਾਂ ਤੇ ਧੁੱਪਾਂ ਦੇ ਨਿੱਘ ਵਿਚ
ਉੱਗ ਰਿਹਾਂ ਮੈਂ ਤੇਰੀ ਮਿੱਟੀ ਅੰਦਰ
ਤੇਰੀਆਂ ਰਗਾਂ ਚ ਮੈਂ ਵਹਿ ਰਿਹਾਂ
ਉਤਰ ਰਿਹਾਂ ਮੈਂ ਤੇਰੀਆਂ ਦੁੱਧੀਆਂ ਚ

ਸਮੇਂ ਦੀ ਚੱਟਾਨ ਸਿੰਮਦੀ -
ਕੋਈ ਨਦੀ ਜਨਮ ਲੈ ਰਹੀ ਹੈ
ਤੇਰੇ ਅੰਦਰ ਲੁਕਿਆ ਮੈਂ ਤੇਰੇ ਵਿਚ ਜ਼ਾਹਿਰ ਹੋ ਰਿਹਾਂ
ਤੇਰੀਆਂ ਅੱਖੀਆਂ ਵਿਚ

## INSIDE YOU

In your eyes lies the enticing night.

Your head wears the scarf of sunshine.

Amorous eyes kiss everything around.

I am blessed with your gift today.

I am germinating in your soil in the warmth
                       of nights and days.

I am flowing in your veins
          and through your breasts.

The rock of time drips and trickles into a stream
                     giving birth to a river.

Concealed inside you
I am revealed through your eyes.

*Translated by Jaspal Singh*

## ਅਪਣੇ ਕਪੜੇ

ਬਾਹਰ ਧੁੱਪੇ ਅਪਣੇ ਕਪੜੇ ਸੁੱਕ ਰਹੇ ਹਨ

ਤੇਰੀਆਂ ਮੇਰੀਆਂ ਜਗਦੀਆਂ ਰਾਤਾਂ
ਸਾਰੇ ਜਗ ਨੂੰ ਜ਼ਾਹਿਰ ਕਰਦੇ
ਕੱਛੀ ਥੱਲੇ ਉੱਤੇ ਮੇਰਾ ਕੁੜਤਾ ਪਾ ਕੇ
ਜਾਂ ਨਿਰੀ ਨਿਰਵਸਤਰ ਹੋ ਕੇ
ਸਾਰੇ ਘਰ ਵਿਚ ਤੁਰੀ ਫਿਰੇਂ
ਚੁੰਮੀਆਂ ਦੇ ਰੰਗ ਹੋਰ ਵੀ ਗੂੜ੍ਹੇ ਹੁੰਦੇ ਜਾਂਦੇ
ਬਾਹਰ ਧੁੱਪੇ ਅਪਣੇ ਕਪੜੇ ਸੁੱਕ ਰਹੇ ਹਨ

ਤੂੰ ਮੇਰੇ ਵਿਚ
ਕਪੜਿਆਂ ਵਿਚ ਵੀ ਜਾਨ ਪਾ ਦੇਵੇਂ
ਰੂਹਾਂ ਦੇ ਕੱਜਣ ਹਨ ਅਪਣੇ ਪਿੰਡੇ
ਇਕ ਪਲ ਲੱਗਦਾ –
ਆਪਾਂ ਰੱਸੀ ਉੱਤੇ ਬਾਂਦਰ ਬਣ ਕੇ ਲਟਕੇ
ਇਕ ਪਲ ਲੱਗਦਾ –
ਵਸਲ ਦੇ ਝੰਡੇ ਝੂਲਣ ਵਿਚ ਅਸਮਾਨੀਂ
ਨਿਰਮਲ ਵਸਤਰ ਨਿਰਮਲ ਰੂਹਾਂ ਮੈਲ਼ ਕੋਈ ਨਾ ਮਨ ਵਿਚ
ਅਪਣੇ ਹੱਥੀਂ ਸਾਡੇ ਅੰਗ ਧੁਲੇ ਸਾਡੇ ਪਾਪ ਧੁਲੇ
ਧੁੱਪ ਕਾਪੜ ਨੂੰ ਚੁੰਮ-ਚੁੰਮ ਸੁੱਚੇ ਕਰਦੀ
ਅਸਾਂ ਪਹਿਨ ਮੁੜ ਸੁੱਚੇ ਹੋਣਾ ਧੁੱਪ ਦੇ ਲੀੜੇ
ਬਾਹਰ ਧੁੱਪੇ ਅਪਣੇ ਕਪੜੇ ਸੁੱਕ ਰਹੇ ਹਨ

# OUR CLOTHES

Out in the sun our clothes dry
    pegged on the line,
Revealing our secret nights to the world.

You go around in the house
    wearing just my *kurta*
    or sometimes nothing.
Our kisses turn sweeter.

Out in the sun our clothes dry
    pegged on the line.
You enliven my robes and me,
Our souls wear our bodies.
For a moment it seems
We hang on the line like monkeys.
And then it's as though
Banners of our union fly unfurled in the sky.

All is clean – our clothes, our minds and souls.
We washed our sins
And the sun purified the fabric.
We'll wear the sun-kissed clothes.

Out in the sun our clothes dry
    pegged on the line.

*Translated by Amarjit Chandan*

49

## ਹੁਣ ਦਾ ਪਲ

ਹੁਣ ਦੇ ਪਲ ਕੋਈ ਹੋਰ ਨਹੀਂ
ਕਾਗ਼ਜ਼ ਮੇਰਾ ਹਮਦਰਦੀ ਹੈ

ਹੁਣ ਦੇ ਪਲ ਤਾਂ ਸੰਸਾ ਆਵਣ ਵਾਲ਼ੇ ਪਲ ਦਾ
ਖੌਰੇ ਮਿਲਣਾ ਖੌਰੇ ਨਹੀਂ ਮਿਲਣਾ

ਹੁਣ ਦੇ ਪਲ ਤਾਂ ਬਸ ਨੀਲਾ ਹੀ ਰੰਗ ਹੈ
ਹਰ ਸ਼ੈਅ ਨੀਲ ਅਨੀਲੀ ਨੀਲੀ

ਹੁਣ ਦੇ ਪਲ ਤੂੰ ਜਿੱਥੇ ਵੀ ਹੈਂ
ਅੱਖਾਂ ਵਿਚ ਅੱਖਾਂ ਪਾ ਕੇ ਮੈਂ ਤਕਨਾਂ
ਵਿਚ ਵਸਲ ਵਿਛੋੜਾ ਭੋਗ ਰਿਹਾ ਹਾਂ

ਹੁਣ ਦੇ ਪਲ ਤਾਂ ਗਾਉਂਦਾ ਗਾਣਾ ਇਸ ਵੇਲੇ ਦਾ
ਵਿਚ ਤਵੇ ਦੇ ਜੜਿਆ
ਹੁਣ ਦੇ ਪਲ ਗੁੰਗੀ ਫ਼ਿਲਮ ਵਿਚ ਕੋਈ ਗੱਲਾਂ ਕਰਦਾ

ਹੁਣ ਦੇ ਪਲ ਦੁੱਧ ਦੀ ਛੱਲ ਵਹਾ ਕੇ ਲੈ ਗਈ

ਹੁਣ ਦੇ ਪਲ ਤਾਂ ਟੈਲੀਫ਼ੋਨ ਵੀ ਚੁੱਪ ਹੈ
ਹੁਣ ਦੇ ਪਲ ਰੁਕਿਆ
ਤੇਰੀ ਗੱਲ ਸੁਣਨੇ ਲਈ।

ਹੁਣ ਦਾ ਪਲ ਤਾਂ ਕਹਿਰ ਦਾ ਪਲ ਹੈ॥

## THIS MOMENT

This moment
And only the paper is listening

This moment is anxious about what might happen

Blue is the moment's colour
Everything becomes azure,
Then colourless.

This moment wherever you are
I can see in your eyes
You are living out separation in *wasãl*

This moment is playing its song like a record

This moment is lips moving in a silent film

This moment stands still and waits
For the miracle of dialogue

This moment, all is silent – the telephone too
Waiting to hear your voice

This moment is
living death

*Translated by John Welch*

## ਉਸ ਵੇਲੇ

ਜਾਣ ਕੇ ਰਸਤਾ ਭੁੱਲੇ
ਭਟਕ ਰਹੇ ਸਾਂ ਪਿੰਡਾਂ ਅੰਦਰ
ਚਾਰੇ ਪਾਸੇ ਨ ਕੋਈ ਬੰਦਾ, ਨਾ ਬੰਦੇ ਦੀ ਜ਼ਾਤ

ਪੀਲ਼ਾ ਚੰਨ ਧਰਤੀ ਉੱਤੇ ਚੜ੍ਹਿਆ ਲੱਗਦਾ ਸੀ
ਦੋ ਰੁੱਖ ਲੰਮ-ਸਲੰਮੇ ਇਕ ਦੂਜੇ ਨੂੰ ਚੁੰਮਦੇ ਚੱਟਦੇ
ਸੜਕ ਜਿਉਂ ਮਣੀ ਦਾ ਦਰਿਆ ਵਹਿੰਦਾ ਸੀ

ਸੂਰਜਮੁਖੀ ਦੇ ਖੇਤਾਂ ਅੰਦਰ ਬੀਂਡੇ ਗੱਲਾਂ ਕਰਦੇ
ਖੜ੍ਹੀ ਕਾਰ ਦੇ ਓਹਲੇ
ਨਾਲ਼-ਦੀ ਨੱਢੀ ਦੇ ਮੂਤਣ ਦੀ ਵਾਜ ਆਉਂਦੀ ਸੀ

ਉਸ ਵੇਲੇ ਤੂੰ ਬਹੁਤ ਹੀ ਚੇਤੇ ਆਈ
ਤੇਰਾ ਨਾਂ ਲੈ ਕੇ ਮੈਂ ਬੁਰੜਾਇਆ
ਤੇਰੇ ਨਾ' ਗੱਲਾਂ ਕਰਨ ਨੂੰ ਜੀਅ ਕਰਦਾ ਸੀ

ਕਿਧਰੇ ਅਣਦਿਸ ਪੰਛੀ ਅਭੜਵਾਹੇ ਉੜਿਆ
ਤੇ ਫਿਰ ਬੈਠ ਗਿਆ

## THAT TIME

Knowingly we were lost in the country.
It was all quiet and not a soul around.
The yellow moon had mounted the earth.
Two tall trees on the skyline
          embraced and kissed each other.
The road flowed like a stream of semen.
The crickets conversed in the sunflower fields,
Their sound muffled by her pissing by the car.
That time how
I missed you.
I whispered your name.
I wanted to talk with you.

An unseen bird flapped its wings
          somewhere in the dark
          and then stayed still.

*Translated by Julia Casterton*

## ਪਹਿਲੀ ਵਾਰੀ

ਅਪਣੇ ਪੁੱਤਰ ਨਵਰੋਜ਼ ਤੇ ਇਹਦੀ ਪ੍ਰੇਮਣ ਦਾ ਧਿਆਨ ਧਰਦਿਆਂ

ਮੁੰਡੇ ਨੇ ਕੰਜਕਾ ਨੂੰ ਛੁਹਿਆ      ਸ਼ਰਮਾ ਕੇ
ਬੁੱਲ੍ਹਾਂ ਨੇ ਬੁੱਲ੍ਹ ਚੁੰਮੇ     ਪਹਿਲੀ ਵਾਰੀ
ਲਹੂ ਜਿਸਮ ਵਿਚ ਨੱਸਣ ਲੱਗਾ ਵਾਹੋਦਾਹੀ
ਚੁੱਪਚੁਪੀਤਾ

ਨਾ ਕੋਈ ਢੋਲਕ ਧੌਂਸਾ ਵੱਜਾ
ਨਾ ਕੋਈ ਜਲਤਰੰਗ
ਨਾ ਰੁੱਖ ਤੋਂ ਉਡੇ ਪੰਛੀ ਇੱਕੋ ਸਾਹੇ

ਬੁੱਲ੍ਹਾਂ ਨੇ ਬੁੱਲ੍ਹਾਂ ਨੂੰ ਚੁੰਮਿਆਂ      ਪਹਿਲੀ ਵਾਰੀ ਬੇਵਸ ਹੋ ਕੇ

ਚੁੱਪ ਸਾਜ਼ ਦੀ ਗੂੜ੍ਹੀ ਹੋ ਗਈ
ਪੰਛੀ ਉਡਣਾ ਭੁੱਲੇ
ਯਾਦ ਨਵੀਂ ਦਾ ਬੀਜਕ ਡਿੱਗਾ ਤਨ ਮਨ ਅੰਦਰ
ਕੋਈ ਨਵੀਂਓਂ ਜੋਤ ਜਗੀ ਚੁੱਪਚੁਪੀਤੀ

ਕਿੰਨਾ ਕੁਝ ਹੋਇਆ

ਪਰ ਇੰਜ ਲੱਗਦਾ ਸੀ
ਕੁਝ ਵੀ ਹੋਇਆ ਨਹੀਂ ਹੁੰਦਾ

## THE FIRST KISS

*for my son Navroz and his girl friend*

The shy boy touched the girl
Lips kissed lips for the first time
The blood ran in the veins          uncontrolled

No drums beat
No orchestra played
No birds flew away

The silence of the *sãz* deepened
Birds forgot how to fly
A new seed of memories dropped in the soil of the mind
A new candle lit silently

So much happened

But it seemed nothing had happened

*Translated by Amarjit Chandan*

## ਕੀ ਲੋੜ ਤਸ਼ਬੀਹਾਂ

ਚੰਨ ਤੇ ਸੂਰਜ ਫੁੱਲ ਰੁੱਖ ਤਾਰੇ
ਪੰਛੀ ਜਾਮ ਸੁਰਾਹੀ ਪਰਵਾਨਾ ਸ਼ਮ੍ਹਾਂ ਤੇ ਅੱਥਰੂ
ਹੱਦੇ ਅਨਹੱਦੇ ਸਾਜ਼ ਜੁ ਸਾਰੇ
ਫਾਂਸੀ ਜ਼ਖ਼ਮ ਜ਼ੰਜੀਰਾਂ
ਸੁਣ ਸੁਣ ਕੇ ਕੰਨ ਹਾਰੇ

ਕੀ ਲੋੜ ਤਸ਼ਬੀਹਾਂ
ਇਨ੍ਹਾਂ ਦੇ ਬਾਝੋਂ ਵੀ ਕੀ ਸ਼ਾਇਰੀ ਹੋ ਸਕਦੀ ਹੈ
ਜਦ ਹਰ ਸ਼ੈਅ ਦੀ ਹੈ ਅਪਣੀ ਹਸਤੀ ਅਪਣੇ ਵਰਗੀ
ਹੋ ਨਾ ਸਕਦੀ ਕਿਸੇ ਦੇ ਵਰਗੀ

ਜਿਉਂ ਤੁਰਨਾ
ਤੁਰਨਾ ਹੀ ਕਾਫ਼ੀ ਹੈ
ਤੁਰਨਾ ਵੀ ਤਾਂ ਤਲਵਾਰ ਦੀ ਧਾਰ ਦੇ ਉੱਤੇ ਤੁਰਨ ਜਿੰਨਾ ਹੀ ਔਖਾ
ਜਾਂ ਫੁੱਲਾਂ ਦੀ ਚਾਦਰ ਉੱਤੇ ਚੱਲਣ ਜਿੰਨਾ ਸੌਖਾ
ਧਰਤੀ ਉੱਤੇ ਵਿਚ ਪੁਲਾੜੀਂ ਚੰਨ ਦੇ ਉੱਤੇ
ਔਖਾ ਸੌਖਾ ਤੁਰਦਾ ਬੰਦਾ ਪੈੜਾਂ ਛੱਡਦਾ ਜਾਂਦਾ

ਸੂਰਜ ਨੂੰ ਸੂਰਜ ਕਰ ਜਾਣੋ
ਨਾਰੰਗੀ ਨਾਰੰਗੀ
ਸੂਰਜ ਨਾਰੰਗੀ ਨਾਹੀਂ ਆਕਾਸ਼ ਦੇ ਰੁੱਖ 'ਤੇ ਟੰਗੀ
ਚੰਨ ਨਹੀਂ ਹੈ ਰੋਟੀ ਵਰਗਾ
ਜਦ ਰੋਟੀ ਹੈ ਚੰਨ ਨਾਹੀਂ

ਰਚਨਾ ਉਹ ਹੈ
ਜੋ ਗਹਿਣੇ ਲੀੜੇ ਲਾਹ ਕਰ ਅਪਣੇ ਸਨਮੁੱਖ ਹੋਵੇ
ਸੱਚ ਸੱਚ ਹੈ ਆਖ਼ਿਰ ਨਾ ਕੱਜਿਆ ਨਾ ਨੰਗਿਆ

## WHY METAPHORS

the moon the sun the flowers the trees and the stars
the birds the wine goblet the moth and the flame
all the musical instruments
gallows wounds chains –
enough of these metaphors

what's the need,
can't there be poetry without them?
while everything exists as it is
it cannot be like something else

for instance walking –
it is as hard as walking on the sharp edge of a sword
or as easy as walking on a bed of roses
man leaves his footprints any how
on the earth      in the space      on the moon

see the sun as sun
the orange as an orange
the sun is not an orange hanging on the sky tree
the moon is not like a round *roti*
any more than a *roti* is like the moon

the truth exists as it is
it's neither covered nor naked
the creation stands in front of itself like itself

*Translated by Amarjit Chandan*

## ਜੀਵਨ ਮਾਰਗ

ਹਵਾ ਨਾਲ਼ ਗੱਲਾਂ ਕਰਦਾ
ਹੱਥ ਛਡ ਕੇ ਮੈਂ ਸੈਕਲ ਚਲਾਵਾਂ
ਨ ਨੀਵਾਂ, ਨਾ ਉੱਚਾ ਪੈਂਡਾ
ਮੈਂ ਸਾਵੇਂ ਦਾ ਸਾਵਾਂ

ਇਸ ਵੇਲੇ ਮੈਂ ਮੁਕਤਾ ਹਾਂ
ਹਰ ਸ਼ੈ ਹੋਈ ਮੁਕਤਾ
ਪੈਰ ਮੇਰੇ ਤੇ ਪਹੀਆਂ ਥੱਲੇ ਧਰਤੀ ਮਾਤਾ
ਬਿਰਤੀ ਲੱਗੀ ਨਜ਼ਰ ਮੇਰੀ ਦੀ, ਦੋ ਪਹੀਆਂ ਦੀ
ਬੱਚੇ ਦੀ ਜੋ ਮਾਂ ਅਪਣੀ ਦਾ ਹੱਥ ਛੁੜਾ ਕੇ ਨੱਸੇ
ਸਭ ਕੁਝ ਇੱਕੋ, ਸਭਨਾਂ ਨੇ ਇਕ ਦੂਜੇ ਨੂੰ ਸਾਂਭ ਕੇ ਰੱਖਿਆ
ਇਹ ਕਰਤਬ ਕੈਸਾ, ਕੋਈ ਨਾ ਦਰਸ਼ਕ
ਇਹ ਨ ਸੈਕਲ, ਇਹ ਤਾਂ ਉੜਨਖਟੋਲਾ
ਬੇਗ਼ਮਪੁਰ ਦੀਆਂ ਛੱਤਾਂ ਉੱਤੋਂ ਉੜਦਾ ਜਾਵਾਂ

ਹਵਾ ਨਾਲ਼ ਗੱਲਾਂ ਕਰਦਾ, ਸੀਟੀ ਮਾਰਦਾ
ਹੱਥ ਛਡ ਕੇ ਮੈਂ ਸੈਕਲ ਚਲਾਵਾਂ

ਬੇਗ਼ਮਪੁਰਾ ਸਹਰ ਕੋ ਨਾਉ - ਭਗਤ ਰਵਿਦਾਸ

## ROAD OF LIFE

Talking to the winds
I cycle along the road with hands off the handlebars
The road is smooth neither high nor steep
      and I am in perfect balance

I am free
All is free
My feet and the mother earth under the wheels

My eyes and the wheels are concentrated on a single line
Like a child who escapes his mother's hand and runs away
At the moment all is one
Every thing supporting another
What an exploit there is no spectator
Of this glider flying over the roof tops of Beghampur

Talking to the winds and whistling
I cycle along the road with hands off the handlebars

*Translated by Amarjit Chandan*

## ਤੋਤਾ, ਘੋੜਾ ਤੇ ਬੰਦਾ

ਤੋਤਾ ਮਨਮੋਤਾ ਸੀ ਬੈਠਾ
ਅੰਬ ਦੀ ਟਾਹਣ 'ਤੇ ਸੁਪਨਾ ਲੈਂਦਾ -
ਬੰਦਾ ਉਸਨੂੰ ਪਿੰਜਰੇ ਪਾ ਕੇ
ਪਾਠ ਪੜ੍ਹਾਵਣ ਲੱਗਾ।
ਤੋਤੇ ਦੀ ਅੱਖ ਖੁੱਲ੍ਹੀ ਯਕਦਮ
ਦੂਰ ਉਡਾਰੀ ਮਾਰ ਗਿਆ
ਮੁੜ ਕੇ ਫੇਰ ਨ ਆਇਆ।

ਜੰਗਲੀ ਘੋੜੇ ਸੁਪਨਾ ਲੀਤਾ -
ਬੰਦਾ ਉਸਦੇ ਪੌੜੀਂ ਕਿੱਲ ਠੋਕਦਾ
ਉਸ ਉੱਤੇ ਕਾਠੀ ਪਾਵਣ ਲੱਗਾ।
ਘੋੜੇ ਦੀ ਅੱਖ ਖੁੱਲ੍ਹੀ ਯਕਦਮ
ਦੂਰ ਉਡਾਰੀ ਮਾਰ ਗਿਆ
ਮੁੜ ਕੇ ਫੇਰ ਨ ਆਇਆ।

ਬੰਦੇ ਨੂੰ ਉਸਦਾ ਸੁਪਨਾ ਲੈ ਬੈਠਾ।
ਬੰਦੇ ਨੇ ਬੰਦੇ 'ਤੇ ਕਾਠੀ ਪਾ ਕੇ
ਉਸਨੂੰ ਪਿੰਜਰੇ ਪਾਇਆ
ਤੇ ਪੈਰੀਂ ਕਿੱਲ ਠੋਕ ਕੇ ਸੂਲ਼ੀ ਚਾੱ ਚੜ੍ਹਾਇਆ।
ਕੈਦੀ ਹੋਇਆ ਓਸੇ ਥਾਂ ਹੀ ਰਹਿੰਦਾ ਬੰਦਾ
ਕਿਤੇ ਨ ਜਾਵਣ ਜੋਗਾ॥

# THE PARROT, THE HORSE AND THE MAN

The parrot perching on the mango tree dreamed –
The man put it in a cage and started giving it a lesson.
It woke up all of a sudden and flew away never to return.

The wild horse had a dream –
The man nailed iron shoes on its hoofs and then put a saddle
on its back.
It woke up all of a sudden and ran away never to return.

The man had a dream –
The man put the saddle on another man
and caged him.
He nailed him on the cross.
A prisoner of his own dream
He couldn't escape.

*Translated by Julia Casterton*

## ਕਵੀ

ਕਵੀ ਅਪਣੀ ਹੁਣੇ ਲਿਖੀ ਕਵਿਤਾ
ਆਖ਼ਿਰ ਤੋਂ ਪੁੱਠੇ ਪਾਸਿਓਂ ਪੜ੍ਹਨ ਲਗਦਾ ਹੈ
ਸੱਜਿਓਂ ਖੱਬੇ ਨੂੰ ਤਰਦੀ ਨਜ਼ਰ
ਅੱਖਰਾਂ ਦੀ ਚਿਣਾਈ ਦੇਖ ਆਪ ਹੈਰਾਨ ਹੁੰਦੀ ਹੈ
ਇੰਜ ਪਹਿਲਾਂ ਨਜ਼ਰ ਨੇ ਕਦੇ ਨਹੀਂ ਸੀ ਦੇਖਿਆ

ਕਵੀ ਅਪਣੀ ਹੁਣੇ ਲਿਖੀ ਕਵਿਤਾ ਸੰਤਰੇ ਵਾਂਙ ਛਿੱਲਦਾ ਹੈ
ਕਵਿਤਾ ਦਾ ਅੰਦਰ ਤਾਂ ਹੋਰ ਵੀ ਸੁਹਣਾ ਹੈ
ਉਸਦਾ ਅੰਦਰ ਧੁੱਪ ਦੀ ਚੁੰਮੀ ਵਰਗਾ ਮਿੱਠਾ ਹੈ
ਉਸਦੇ ਅੰਦਰ ਬੀਅ ਹੈ –
ਭਵਿੱਖ ਦਾ
ਮ੍ਰਿਤਯੂ ਦਾ
ਸੰਦੇਹ ਦਾ

ਅਪਣੀ ਹੁਣੇ ਲਿਖੀ ਕਵਿਤਾ ਉਲ਼ਟਾ ਕੇ ਦੇਖਦਾ ਹੈ –
ਰੇਤ ਦੀ ਘੜੀ ਵਿਚ ਰੇਤ ਰੇਤ ਵਿਚ ਕਿਰਨ ਲਗਦੀ ਹੈ
ਮੀਂਹ ਨਦੀ ਨਦੀ ਸਾਗਰ ਸਾਗਰ ਬੂੰਦ ਬਣਦਾ ਹੈ
ਔਰਤ ਆਦਮੀ ਵਿਚ ਪ੍ਰਵੇਸ਼ ਕਰਦੀ ਹੈ

ਅਪਣੀ ਹੁਣੇ ਲਿਖੀ ਕਵਿਤਾ ਨਾਲ਼ ਖੇਡਾਂ ਕਰ ਰਿਹਾ ਹੈ

# THE POET

The poet starts reading the poem finished moments before.
He reads it from the end to the beginning
                              from right to the left
His eyes are surprised to see the arrangement of words
        which they had never seen before.

The poet peels off the poem like an orange
The inside is more beautiful
It is sweet like the kiss of the sun
There is a seed inside
                of future
                of death
                of doubt.

The poet overturns the poem.
The sand starts falling on the sand in the clock
The rain on the river        the river in the ocean
                              the ocean turns into a drop
and the woman enters into the man.

The poet is playing with the poem finished moments before.

*Translated by Julia Casterton*

# ਇਸ ਮੁਲਕ ਵਿਚ

ਇਸ ਮੁਲਕ ਵਿਚ ਪਰਦੇਸੀ ਯਾਦਾਂ ਭੁੱਲਦਾ ਹੈ ਭੁੱਲਦਾ ਰਹਿੰਦਾ ਹੈ ਭੁੱਲ ਜਾਂਦਾ ਹੈ

ਇਸ ਮੁਲਕ ਵਿਚ ਪਰਦੇਸੀ
ਅਪਣੀ ਬੋਲੀ ਵਿਚ ਚੁੱਪ ਹੁੰਦਾ ਹੈ ਚੁੱਪ ਰਹਿੰਦਾ ਹੈ ਚੁੱਪ ਹੋ ਜਾਂਦਾ ਹੈ
ਹਵਾ ਉਹਦੀ ਚੁੱਪ ਦਾ ਅੰਗਰੇਜ਼ੀ ਵਿਚ ਤਰਜਮਾ ਕਰਦੀ ਹੈ -
ਕਦੇ ਕਹਿੰਦੀ ਹੈ - ਬਰਫ਼ ਦੀਆਂ ਕਣੀਆਂ ਪੈਂਦੀਆਂ ਹਨ
ਕਦੇ ਕਹਿੰਦੀ ਹੈ - ਸੁੱਕੇ ਪੱਤੇ ਝੜਦੇ ਹਨ
ਕਦੇ ਕਹਿੰਦੀ ਹੈ - ਸਮੁੰਦਰ ਦੀ ਛੱਲ ਮੁੜ ਰਹੀ ਹੈ
ਦਰਿਆ ਉੱਤਰ ਰਿਹਾ ਹੈ
ਚਾਹ ਠੰਢੀ ਹੋ ਰਹੀ ਹੈ
ਤਸਵੀਰਾਂ ਪੀਲ਼ੀਆਂ ਪੈ ਰਹੀਆਂ ਹਨ

ਇਸ ਮੁਲਕ ਵਿਚ ਬੰਦੇ ਨੂੰ ਹੋਣਾ ਨਹੀਂ ਚਾਹੀਦਾ
ਇਥੇ ਉਹ ਪਰਦੇਸੀ ਹੋਈ ਜਾਂਦਾ ਹੈ

ਇਸ ਮੁਲਕ ਵਿਚ ਪਰਦੇਸੀ ਬੇਗਾਨੇ ਨੂੰ ਅਪਣਾ ਮੰਨਣ ਲੱਗਦਾ ਹੈ
ਮੰਨਦਾ ਰਹਿੰਦਾ ਹੈ ਮੰਨ ਬੈਠਦਾ ਹੈ
ਇਸ ਮੁਲਕ ਵਿਚ ਪਰਦੇਸੀ ਸੂਟ ਨਾਲ਼ ਮੌਜੇ ਪਾਉਂਦਾ ਹੈ

ਇਸ ਮੁਲਕ ਵਿਚ ਕਾਲਚਕ੍ਰ ਦਾ ਇਕ ਦੰਦਾ ਭੁਰ ਜਾਂਦਾ ਹੈ
ਘੜੀ ਅੱਗੇ ਨਹੀਂ ਤੁਰਦੀ
ਤਵਾ ਘੁੰਮਦਾ ਰਹਿੰਦਾ ਹੈ ਸੂਈ ਅੱਗੇ ਨਹੀਂ ਤੁਰਦੀ

ਇਸ ਮੁਲਕ ਵਿਚ ਪਰਦੇਸੀ ਨੂੰ ਪਤਾ ਨਹੀਂ ਹੁੰਦਾ ਕਿ ਉਹ ਕੀ ਕਰਦਾ ਹੈ
ਕੀ ਕਰਦਾ ਰਹਿੰਦਾ ਹੈ
ਉਹ ਅਣਜਾਣ ਰਹਿੰਦਾ ਹੈ ਅਣਜਾਣੇ ਵਿਚ

ਇਸ ਮੁਲਕ ਵਿਚ ਪਰਦੇਸੀ
ਅਪਣੇ ਪਹਿਲੇ ਪਾਸਪੋਰਟ ਦੀ ਫ਼ੋਟੋ ਵਿਚ ਲੱਗਿਆ ਸੁਪਨਾ
ਮੁੜ ਮੁੜ ਦੇਖਣ ਲੱਗਦਾ ਹੈ ਦੇਖਦਾ ਰਹਿੰਦਾ ਹੈ ਤੇ ਉਸਤੋਂ ਡਰਨ ਲੱਗਦਾ ਹੈ
ਡਰਦਾ ਰਹਿੰਦਾ ਹੈ

## IN THIS COUNTRY

In this country the foreigner starts losing his memory the
                                                    day he arrives.

He remains speechless in his own language.

The air around translates his silence into English –
        It is snowing.
        Dry leaves are falling.
        The sea's waves recede.
        The river ebbs away.
        The tea is getting cold.
        Photographs are fading.

He wonders – one shouldn't be in this country.
He keeps on being a stranger here, and
He starts believing in other strangers.

A cog is broken from the wheel of time.
The gramophone record moves on with the needle stuck in
                                                    one track.

In this country the foreigner does not know what he does
                                                    all the time.
He remains unaware      lost in his thoughts.
He wears *maojay* with his three-piece suit.

In this country the foreigner keeps on looking at the photo
                                        in his old passport
                and gets scared of his own image.

ਇਸ ਮੁਲਕ ਵਿਚ ਪਰਦੇਸੀ
ਹੈਰਾਨ ਹੁੰਦਾ ਹੈ -
ਉਹਦੇ ਪਿੰਡ ਦੇ ਘਰ ਵਾਲ਼ੀ ਬੀਹੀ ਕਿੰਨੀ ਲੰਬੀ ਹੈ
ਉਹ ਬੀਹੀ ਵਿਚ ਵੜਦਾ ਹੈ
ਤਾਂ ਚੰਦਰਮਾ ਉਹਦੇ ਨਾਲ਼ ਨਾਲ਼ ਚਲਦਾ ਹੈ
ਉਹ ਚੰਦਰਮੇ ਦੇ ਨਾਲ਼ ਨਾਲ਼ ਚਲਦਾ ਹੈ
ਉਹ ਉਸ ਬੀਹੀ ਵਿਚ ਚਲਦਾ ਰਹਿੰਦਾ ਹੈ           ਸਵੇਰ ਹੋਣ ਤਕ

ਇਸ ਮੁਲਕ ਦਾ ਪਰਦੇਸੀ

In this country the foreigner is surprised to realise that
                    the way back home is rather long.
When lost in his home town, the moon shows him the way.
It keeps on walking with him till the dawn breaks and he
                    knocks on his own door.

*Translated by Julia Casterton*

# ਲੰਦਨ ਦੀ ਅੱਖ

'ਲੰਡਨ ਆਈ' ਨਾਂ ਦਾ 445 ਫ਼ੁਟ ਉੱਚਾ ਪੰਘੂੜਾ, ਜਿਸ 'ਤੇ ਚੜ੍ਹਿਆਂ ਸਾਰਾ ਸ਼ਹਿਰ ਦਿਸਦਾ ਹੈ। ਇਹਨੂੰ ਬਣਾਣ ਵਾਲ਼ਿਆ ਦਾ ਦਾਅਵਾ ਹੈ ਕਿ ਇਹ ਦੁਨੀਆ ਦਾ ਸਭ ਤੋਂ ਵੱਡਾ ਪੰਘੂੜਾ ਹੈ।

ਅੰਧੇਰੇ ਵਿਚ ਲੰਦਨ ਦੀ ਅੱਖ ਦੇਖ ਰਹੀ ਹੈ

ਮੇਰਾ ਲੰਦਨ ਤਾਂ ਘੁਰਨਾ ਹੈ ਧਰਤੀ ਦੀ ਇਸ ਗੁੱਠ ਦੇ ਅੰਦਰ

ਉਸ ਬੈਂਚ 'ਤੇ ਅਸੀਂ ਬੈਠੇ ਸਾਂ ਇਕ ਵਾਰੀ
ਅਸਾਂ ਇਕੱਠਿਆਂ ਸਾਹ ਲਿਆ ਸੀ
ਸਾਰੀ ਗੱਲ ਕਹਿ ਦਿੱਤੀ ਸੀ ਇੱਕੋ ਸਾਹੇ
ਮੈਂ ਹਾਲੇ ਵੀ ਵਿਛੜਨ ਵੇਲੇ ਦੀ ਜੱਫੀ ਵਿਚ ਹਾਂ

ਓਥੇ ਮੇਰੀ ਵੇਲ ਵਧੀ ਸੀ

ਉਨ੍ਹਾਂ ਸੜਕਾਂ ਮੈਨੂੰ ਰਾਹ ਦਿੱਤਾ ਸੀ ਜਾਣ ਪਰਦੇਸੀ

ਉਸ ਥਾਵੇਂ ਮੇਰੇ ਮੁਰਸ਼ਦ ਦਾ ਤਕੀਆ ਹੈ
ਸਿਰ ਹੇਠ ਕਿਤਾਬਾਂ ਲੈ ਕੇ ਸੁੱਤਾ
ਜਾਗਦਾ ਸੁਪਨਾ ਦੇਖ ਰਿਹਾ ਹੈ

ਔਥੇ ਮੇਰਾ ਚੁੱਲ੍ਹਾ ਬਲ਼ਦਾ
ਦੁੱਖਾਂ ਦੀ ਰੋਟੀ ਸੜਨ ਲੱਗੀ ਹੈ ਧੂੰਆਂ ਦੇਖੋ

ਏਸ ਅੱਖ ਚੋਂ ਟ੍ਰੇਮਜ਼ ਦਰਿਆ ਵਹਿੰਦਾ ਹੈ

ਅੰਧੇਰੇ ਵਿਚ ਲੰਦਨ ਦੀ ਅੱਖ ਦੇਖ ਰਹੀ ਹੈ

# LONDON EYE

The London Eye can see even in the dark –
My London – a small cave in a corner of planet Earth.

Over there
We sat on a bench wondering together
How I opened my heart in a breath
I am still in her parting embrace.

In that park a new flower blossomed on my family tree.

Those roads showed the way
            to me – a lost outsider.

There lies my *murshid*
            with books under his head
He is awake in his perpetual dream.

See the smoke rising of burning *roti* bread of my sorrows
and the Thames flowing from the Eye.

The London Eye sees all
even in the dark.

*Translated by Amarjit Chandan*

## ਕਿਵੇਂ ਮਿਲ਼ੇਗੀ ਮੁਕਤੀ ਮੈਨੂੰ ਯਾਦਾਂ ਤੋਂ

ਕਿਵੇਂ ਮਿਲ਼ੇਗੀ ਮੁਕਤੀ ਮੈਨੂੰ ਯਾਦਾਂ ਤੋਂ।

ਕਿਸੇ ਤਰ੍ਹਾਂ ਇਹ ਯਾਦਾਂ ਚਿੱਠੀਆਂ ਹੋ ਜਾਵਣ
ਚੁੱਕਾਂ, ਪੜ੍ਹ ਕੇ ਰਖ ਦਿਆਂ, ਜਦ ਦਿਲ ਕਰੇ

ਕਿਸੇ ਤਰ੍ਹਾਂ ਇਹ ਯਾਦਾਂ ਚਿੜੀਆਂ ਹੋ ਜਾਵਣ
ਉਡ ਉਡ ਕੇ ਮੁੱਕ ਜਾਵਣ, ਨ ਕੋਈ ਹੰਝ ਭਰੇ

ਲੱਖ ਚਾਹਿਆ ਇਹ ਸ਼ਹਿਰ ਮੇਰਾ ਜੇ ਹੋ ਜਾਵੇ
ਇਹ ਸੜਕਾਂ ਇਹ ਮੀਂਹ ਵਿਚ ਭਿੱਜੀਆਂ ਰੋਸ਼ਨੀਆਂ
ਭਰ ਲੈਣ ਕਲ਼ਾਵੇ ਵਿਚ ਮੈਨੂੰ
ਨ ਕੋਈ ਯਾਦ ਰਹੇ ਨਾ ਸੁਧ ਰਹੇ

ਜਦ ਵੀ ਤੁਰਦਾਂ ਪੈਰੀਂ ਟੇਪਾਂ ਉਲ਼ਝਦੀਆਂ
ਗੀਤ ਪੁਰਾਣੇ ਰੁਲ਼ਦੇ ਫਿਰਦੇ ਰਾਹਵਾਂ 'ਤੇ
ਜਦੋਂ ਜਹਾਜ਼ ਹਵਾਈ ਸਿਰ ਤੋਂ ਲੰਘਦਾ ਹੈ
ਸਿੱਧਾ ਦਿਲ ਵਿਚ ਆ ਕੇ ਲਹਿੰਦਾ ਹੈ
ਮਨ ਖੁੱਸਦਾ ਸੋਚੀਂ ਪੈਂਦਾ ਮੁੜ ਮੁੜ ਕਹਿੰਦਾ ਹੈ -
ਇਹ ਕਿਉਂ ਆਇਆ ਇਨ ਕਿਥੇ ਜਾਣਾ ਸੀ

ਘੁੱਗੀ ਦੀ ਆਵਾਜ਼ ਕੰਨੀਂ ਜਦ ਪੈਂਦੀ ਹੈ
ਵਰ੍ਹਿਆਂ ਦੇ ਖੰਭ ਸੁੰਗੜ ਕੇ ਰਹਿ ਜਾਂਦੇ ਨੇ
ਚਿੰਤਾ ਵਿਚ ਕੋਈ ਪੰਛੀ ਕੰਬ-ਕੰਬ ਜਾਂਦਾ ਹੈ
ਨ ਉਡਦਾ ਨ ਕੂੰਦਾ ਤੇ ਨ ਗਾਉਂਦਾ ਹੈ

ਏਹੀ ਰਿਹਾ ਜੇ ਹਾਲ ਮੈਂ ਪਾਗਲ ਹੋ ਜਾਣਾ
ਕਿਵੇਂ ਮਿਲ਼ੇਗੀ ਮੁਕਤੀ ਮੈਨੂੰ ਯਾਦਾਂ ਤੋਂ॥

## THERE'S NO ESCAPING MEMORIES

There's no escaping memories

I wish memories were swallows
flying endlessly to nowhere

I wish memories were letters
You pick, read and put aside
whenever you want to

How I have longed this city could be mine
These roads
These rain-soaked lights
        could hide me in their arms
and I could forget my past.

Whenever I walk
The tapes of old songs littering the streets
Entangle my feet
Whenever an aeroplane passes over my head
It lands deep in my heart
My heart sinks and I wonder time and again
Why it came, where it was bound

The wings of years shrink
A mystery bird neither flies nor sings
but trembles in my mind.

If there's no respite
I'm afraid I'll go mad.

*Translated by Amarjit Chandan*

## ਸਰਹੱਦ

ਗਿਰਝਾਂ ਬਿੱਠਾਂ ਕਰ-ਕਰ
ਬੋਹੜ ਨੂੰ ਚਿੱਟਿਆਂ ਕੀਤਾ
ਉੱਤੇ ਲਟਕਣ ਨੀਲੀਆਂ ਚੁੰਨੀਆਂ
ਸਾਵੇ ਪੰਛੀ ਮੰਡਰਾਂਦੇ ਡਰਦੇ ਨ ਬਹਿੰਦੇ
ਗੰਜੀਆਂ ਤੀਵੀਂਆਂ ਗਿੱਧਾ ਪਾਵਣ
ਪੈਰੀਂ ਸੈਂਡਲ ਉੱਚੀ ਅੱਡੀ
ਖ਼ਾਨਕਾਹ ਵਿਚ ਬਲ਼ਦਾ ਦੀਵਾ
ਚਿੱਪੀ ਵਿਚ ਡਿਗਦਾ ਕਤਰਾ-ਕਤਰਾ ਖ਼ੂਨ
ਔਂਤ ਨਪੁੱਤੀ ਮੱਥੇ ਅਪਣੇ ਟਿੱਕਾ ਲਾਵੇ
ਸੁੱਤੀ ਉੜਦੀ ਮੁਰਗ਼ਾਬੀ ਸੁੱਕੇ ਛੱਪੜ ਵਿਚ ਆ ਡਿੱਗੀ
ਬੰਦੇ ਨੇ ਲਿੰਗ ਅਪਣੇ ਨੂੰ ਵੱਢ ਕੇ
ਹਵਾ ਚ ਸੁੱਟ ਜੈਕਾਰਾ ਛੱਡਿਆ
ਮੁੰਡੇ ਨੱਠ ਕੇ ਬੱਦਲ਼ੀ ਦੀ ਛਾਂ ਫੜ ਲਈ

## THE BORDER

Blue scarves hang from the *banyan* tree
Which is all white with the droppings of vultures.
Flying green birds dare not perch on it.
Bald women dance in circles
        wearing high heels.
A lone earthen lamp burns in the *khankah*.
Blood falls drop by drop in the faqir's begging bowl.
A barren woman smears her forehead with the blood.
A flying wild duck, asleep, falls in the dry pond.
The man severed his penis and
      threw it in the air shouting *hurrah*.
The boy went running and caught the shadow of a cloud.

*Translated by Amarjit Chandan*

# ਸਟੌਕਹੋਮ ਤੋਂ ਪਿਕਚਰ ਕਾਰਡ

ਜਹਾਜ਼ ਦਾ ਲੰਗਰ
ਕਿਨਾਰੇ 'ਤੇ ਪਿਆ
ਅਲ਼ਸਾ ਰਿਹਾ ਹੈ ਮਰਗਮੱਛ ਵਾਂਙ
ਕਿੰਨੇ ਮਾਹੋ-ਸਾਲ
ਕਿੰਨੇ ਹੱਥ
ਕਿੰਨੇ ਰੁਮਾਲ
ਏਸ ਨੇ ਨਿਗਲ਼ ਲਏ

ਜਲਪਰੀ
ਹੁਣੇ ਤ੍ਰੇਹ ਨਾਲ਼ 'ਮੱਛ ਦਾ ਪੇਟ ਚੀਰ
ਬਾਹਰ ਆਏਗੀ
ਤੇ ਪੰਖੀ ਦੇ ਪਰਾਂ 'ਤੇ ਚੜ੍ਹ
ਬੱਦਲ਼ਾਂ ਚ ਅਲੋਪ ਹੋ ਜਾਏਗੀ
ਫਿਰ ਸਾਗਰ 'ਤੇ ਮੀਂਹ ਬਰਸੇਗਾ
ਪਾਣੀ ਨੂੰ ਪਾਣੀ ਤਰਸੇਗਾ॥

## POSTCARD FROM STOCKHOLM

The anchor lazily rests, like a crocodile, on the shore
What huge masses of time
What waving hands it has devoured, and made its own
Soon the mermaid will slit open its stomach
With her thirsting knife, take a life-giving breath,
Climb onto the flapping bird and disappear into the clouds

The rain will pour down its moisture
Water will thirst after water

*Translated by Amarjit Chandan*

## ਪੰਜ ਮਿੰਟ ਦੀ ਫ਼ਿਲਮ ਦੀ ਕਹਾਣੀ

ਡੈਨਯੂਬ ਨਦੀ ਦੇ ਗੱਭੇ ਬੇੜੀ ਵਿਚ ਬੁੱਤ ਬਣ ਬੈਠੇ
ਮਾਛੀ ਬੁੱਢੜੀ ਤੇ ਬੱਚਾ
ਸੋਚੀ ਜਾਂਦੇ ਉਸ ਇੱਕੋ ਮੱਛੀ ਬਾਰੇ
ਜੋ ਜਾਲ਼ ਵਿਚ ਆ ਕੇ ਫਸਣੀ

ਮਾਛੀ ਅੱਭੜਵਾਹੇ ਵਾਜਾਂ ਕਢਦਾ
ਮੱਛੀ ਸੱਦਣ ਖ਼ਾਤਿਰ -
ਬੱਅ... ਬੱਅ...ਬੱਅ...

ਪਰ ਮੱਛੀ ਨਹੀਂ ਫਸਦੀ

ਜਣੇ ਹਾਰ ਕੇ ਘਰ ਨੂੰ ਤੁਰ ਜਾਂਦੇ ਹਨ

ਨੋਟ: ਇਸ ਫ਼ਿਲਮ ਚ ਕੋਈ ਸੰਗੀਤ ਨਹੀਂ, ਕਿਉਂਕਿ ਇਹ ਸਭ ਕੁਝ ਵਾਪਰਨ ਵੇਲੇ ਸੰਗੀਤ ਨਹੀਂ ਸੀ ਵਜ ਰਿਹਾ। ਇਹ ਫ਼ਿਲਮ ਸੀਪੀਆ (ਲਾਲ-ਭੂਰੇ) ਰੰਗ ਚ ਬਣਨੀ ਚਾਹੀਦੀ ਹੈ। ਇਹ ਕੌਤਕ ਮੈਂ ਹੰਗਰੀ ਦੇਸ ਨੇ ਦੇਖਿਆ ਸੀ।

## STORY-LINE FOR A FIVE-MINUTE FILM

A man     an old woman     a boy
Sitting in a boat
Moored in the river Danube

Each one imagines
The same fish coming to their net
The man makes a loud rhythmic noise
Summoning the fish
*Bu     Bu     Bu*
The fish never comes
And they all go home.

*Translated by Amarjit Chandan*

## ਫ਼ੁਟਬਾਲ

ਰਿੜ੍ਹਦੇ ਜਾਂਦੇ ਕੱਦੂ ਨੇ ਦੁਨੀਆ ਕਮਲ਼ੀ ਕੀਤੀ        ਰਿੜ੍ਹਦੇ ਕੱਦੂ ਨੇ

ਲੱਖਾਂ ਅੱਖਾਂ ਰਿੜ੍ਹਦੇ ਜਾਂਦੇ ਕੱਦੂ ਦੇ ਨਾਲ਼ ਨੱਸਣ
ਕੁਤਕੁਤਾਰੀਆਂ ਕੱਢਦਾ ਰਿੜ੍ਹਦਾ ਜਾਂਦਾ ਕੱਦੂ

ਦੇਖ ਦੇਖ ਕੇ ਹੱਸਦੇ     ਟੱਪਦੇ     ਚੀਕਾਂ ਮਾਰਨ
ਬਾਜੇ ਬਾਜੇ ਰੋਣ ਵੀ ਲਗਦੇ
ਸਵਾਲ ਬਣਾਇਆ        ਮੌਤ ਜ਼ਿੰਦਗੀ

ਲੋਕੀਂ ਸੁਪਨਭੋਗ ਪਏ ਕਰਦੇ          ਰਿੜ੍ਹਦੇ ਜਾਂਦੇ ਕੱਦੂ ਦਾ

ਦੇਖੋ, ਸੁਪਨੇ ਵਿਚ ਵੀ ਓਹੀ ਹੁੰਦਾ     ਜੋ ਜਾਗਣ ਵਿਚ ਹੋਵੇ

ਵੈਦ ਦਿਲਾਂ ਦਾ ਜੁਗਤਾਂ ਕਢ ਕੇ ਦੱਸੇ -
ਦੁਸ਼ਮਣ ਦੁਸ਼ਮਣ ਦੇ ਸਿਰ ਨੂੰ ਠੁੱਡੇ ਮਾਰਨ          ਖੇਡਣ
ਕੀ ਏਸੇ ਕਰਕੇ ਕੱਦੂ ਬੰਦੇ ਕੋਲ਼ੋਂ ਡਰਦਾ

ਸਮਝ ਨਾ ਆਵੇ -
ਬੰਦਾ ਆਖ਼ਿਰ ਇਸ ਰਿੜ੍ਹਦੀ ਜਾਂਦੀ ਸ਼ੈਅ ਨੂੰ ਸਮਝੇ ਕੀ ਹੈ?

ਮੇਰੇ ਪੁਤਰ ਨਵਰੋਜ਼ ਨੇ ਇਹ ਕਵਿਤਾ ਇਹ ਆਖਦਿਆਂ ਪੜ੍ਹਨੋਂ ਨਾਂਹ ਕਰ ਦਿੱਤੀ ਕਿ ਫ਼ੁਟਬਾਲ ਕੱਦੂ ਨਹੀਂ ਹੁੰਦਾ

## FOOTBALL

The rolling pumpkin has made the masses crazy

Thousands of eyes run with the rolling pumpkin
It tickles them when they watch the rolling pumpkin

They laugh               they cheer               they sing
Some even cry
For them it is a question of life and death

Fans reach mass orgasm
The score is the same in the dream

Desmond Morris postulates –
Enemies play kicking the head of the enemy

Is that why the pumpkin runs       scared of man?

After all what does man think of the URO – the unidentified
                                             rolling object?

*Translated by John Welch*

## ਆਈਲ ਆੱਵ ਵ੍ਹਾਈਟ ਦੀ ਸਵੇਰ

ਘੋੜਾ ਸੋਚੀਂ ਪਿਆ ਘਾਹ ਚਰਦਾ ਸੀ
      ਜਾਂ ਧਰਤੀ ਨਾ' ਗੱਲਾਂ ਕਰਦਾ ਸੀ

ਗਾਂ ਰੰਭਦੀ ਸੀ

ਘੁੱਗੀ ਗੁਟਕੀ

ਰੁੱਖ ਦੇ ਪੱਤਿਆਂ ਭਰਿਆ ਹੁੰਗਾਰਾ

ਏਨੀ ਚੁੱਪ ਕਿ ਦਿਲ ਅਪਣੇ ਦੀ ਧੜਕਣ ਸੁਣਦੀ ਸੀ

ਕਿੱਧਰੋਂ ਆਇਆ ਜਹਾਜ਼ ਹਵਾਈ
ਖੌਰੂ ਪਾ ਕੇ ਚਲੇ ਗਿਆ

ਬੱਚਿਆਂ ਨੂੰ ਛੁੱਟੀਆਂ ਸਨ
ਉਹ ਹਾਲੇ ਉੱਠੇ ਨਹੀਂ ਸਨ

80

## A MORNING ON THE ISLE OF WIGHT

A horse was grazing lost, in its thoughts
      or was it conversing with the earth?

A cow mooed

A dove cooed

Leaves of a tree rustled and nodded

It was so quiet I could hear my heart beating

A biplane came from nowhere
      and disappeared roaring

Children were still asleep
They were on holiday

*Translated by John Welch*

## ਯਾਦਾਂ ਦੇ ਪਰਛਾਵੇਂ

ਵਿਚ ਹਾਲ ਬ੍ਰਿਕਸਟਨ ਨੁਮਾਇਸ਼ ਲੱਗੀ ਸੀ
ਛੱਤ ਨਾ' ਟੰਗੇ ਲਟਕ ਰਹੇ ਸਨ ਨਾਮ ਉਨ੍ਹਾਂ ਦੇ ਛਾਪੇ ਮੋਮੀ ਚਾਦਰ ਉੱਤੇ
ਜੋ ਗਏ ਗੁਆਚੇ ਮੁੜ ਨਾ ਪਰਤੇ ਅਰਜਨਟੀਨਾ ਮੁਲਕ ਦੇ ਵਾਸੀ
ਪਿੱਛੇ ਜਗਦੀ ਤਿੱਖੀ ਲੋਅ ਨਾ' ਨਾਵਾਂ ਦੇ ਪਰਛਾਵੇਂ ਪੈਂਦੇ ਸਨ ਦੀਵਾਰ ਦੇ ਉੱਤੇ
ਕੰਬਦੇ ਹਿੱਲਦੇ ਨਾਲ਼ੇ ਹਿੱਲਦੀ ਮੋਮੀ ਚਾਦਰ
ਨਾਲ਼ ਸੀ ਹਿੱਲਦੀ ਤੱਕਣੀ ਦਰਸ਼ਨ ਕਰਦੀ ਅੱਖ ਦੀ
ਕੁਝ ਵੀ ਟਿਕਿਆ ਨਾ ਸੀ
ਝਉਲ਼ੇ-ਝਉਲ਼ੇ ਅੱਖਰ ਛੂਹੰਦੇ ਕੰਧ ਨੂੰ
ਜਿਉਂ ਛੂਹਵੇ ਕੋਈ ਬੋਰਖ਼ੇਸ ਦੀ ਪੋਥੀ
ਅੱਖੀਆਂ ਮੁੰਦ ਕੇ ਡੂੰਘਾ ਸਾਹ ਜਦ ਭਰਿਆ
ਚਲੇ ਗਇਆਂ ਦਾ ਪਰਛਾਵਾਂ ਗਿਆ ਵਸਾਇਆ ਮਨ ਵਿਚ

(ਅੰਗਰੇਜ਼ੀ ਤੋਂ ਉਲੱਥਾ)

# TRACES OF MEMORY

In an exhibition hall in Brixton
      names of the disappeared in Argentina so many years ago
      hang from the ceiling, printed on a plastic sheet.
A strong, focused light projects their shadows on the wall
They move with the jostling of the viewers.
Ever-changing under their gaze.
Nothing stays still.
The blurred contours of the letters
           touch the wall
      as you touch the book of Borges.
You close your eyes and take a deep breath –
      or is it a sigh –
      to elevate and capture the image

*Originally written in English*

## ਮੋਟਰਵੇਅ

ਰੀਲ ਲਾਉਂਦਾ ਹਾਂ ਕਾਰ ਵਿਚ
ਯਮਨ ਰਾਤ ਦਾ ਰਾਗ ਵੱਜਣ ਲਗਦਾ ਹੈ

ਇਥੇ ਹੈ ਦੂਜਾ ਪਹਿਰ
ਸੋਚਦਾ ਹਾਂ ਰਾਤ ਪਈ ਹੋਵੇਗੀ ਨਕੋਦਰ ਵਿਚ
ਸੁੰਞੀ ਸੜਕ ਕੰਢੇ ਸੁੱਤਾ ਹੋਵੇਗਾ ਘਰ
ਜਿਥੇ ਮੇਰੇ ਸੁਪਨੇ ਜਵਾਨ ਹੋਏ ਸਨ

ਰਾਤ ਦਾ ਰਾਗ ਦਿਨੇਂ ਵੱਜਦਾ ਹੈ ਪਰਦੇਸ ਵਿਚ
ਵੇਲੇ ਤੋਂ ਅੱਗੇ ਹੁੰਦਾ ਹੈ ਪਰਦੇਸੀ
ਉਹ ਦਿਨ ਨੂੰ ਰਾਤ ਕਰ ਲੈਂਦਾ ਹੈ ਪਰਦੇਸ ਵਿਚ

ਕਾਲ਼ ਤੋਂ ਖੁੰਝੀ ਸੁਰ ਆਲਾਪ ਕਰਦੀ ਹੈ
ਛਾਂ ਤੋਂ ਵਿਛੜੀ ਵਿਹੜੇ ਦੀ ਬੇਰੀ ਗਾਉਂਦੀ ਹੈ
ਹੁਣ ਹਉਕੇ ਨਹੀਂ ਆਉਂਦੇ

ਯਾਦਾਂ ਨਾਲ਼ ਲੱਦੀ ਕਾਰ ਨੱਸੀ ਜਾਂਦੀ ਹੈ
ਮੋਟਰਵੇਅ 'ਤੇ
ਨਾਲ਼ ਸੰਗਤ ਕਰਦੀ ਹੈ ਆਵਾਜ਼
ਕਾਸ਼ੀਨਾਥ ਬੋਦਾਸ ਦੀ

## MOTORWAY

I put on a CD in the car
It begins with Yaman, the raga of night-time

It is afternoon here
and it's night there in Nakodar
Our house where my dreams grew up with me
Now sleeps lit with desolate streetlights

In the foreign land the raga is played in dissonance
The foreigner is always discordant with time
He imagines the day as night and the night as day

The musical note is struck detached from the real time
The *beri* in the courtyard sings yearning
                                    for its departed shadow
No word is uttered not even a sigh

The car is running on the motorway laden with memories
Accompanied by the singing voice of Kashi Nath Bodas

*Translated by Amarjit Chandan*

# ਆਸੋਸ, ਤੁਰਕੀ

ਸਾਗਰ ਕੰਢੇ ਮੰਦਿਰ
ਸਾਲ ਹਜ਼ਾਰਾਂ ਪਹਿਲਾਂ
ਬੰਦੇ ਬਾਇਆ ਬੰਦੇ ਢਾਇਆ

ਅਸੀਂ ਉਸਦਾ ਦਾ ਥੇਹ ਦੇਖਣ ਲਈ
ਬੰਦੇ ਦੀ ਤਹਿਜ਼ੀਬ ਨਿਸ਼ਾਨੀ
ਕੋਹ ਹਜ਼ਾਰਾਂ ਝਾਗੇ

ਸਿਖਰ ਦੁਪਹਿਰਾ ਕਾਂ ਅੱਖ ਨਿਕਲ਼ੇ
ਲੋਕਾਂ ਨੂੰ ਟੇਕ ਨਹੀਂ ਸੀ
ਤੁਰ ਫਿਰ ਧਰਮ ਕਮਾਉਂਦੇ ਯਾਤਰੂਆਂ ਵਾਲ਼ਾ
ਗਲ਼ ਕੈਮਰੇ ਹੱਥ ਵਿਚ ਫ਼ੋਨ

ਪੱਥਰ ਚਾਰੇ ਪਾਸੇ ਇਨਸਾਨ ਤੋਂ ਵੱਡੇ
ਪੱਥਰਾਂ ਵਿਚ ਉੱਕਰੇ ਸਨ
ਨਕਸ਼ ਪਰਾਣੀ ਫੁੱਲ ਤੇ ਬੂਟੇ
ਪੱਥਰਾਂ ਵਿੱਚੀਂ ਉੱਗਾ ਘਾਹ ਸੀ
ਖਿੜਿਆ ਫੁੱਲ ਸੀ
ਮੈਂ ਉਸ ਉੱਤੇ ਉੜਦੀ ਤਿਤਲੀ ਦੇਖੀ

ਮੈਂ ਤਿਤਲੀ ਦੇਖੀ
ਸਾਗਰ ਕੰਢੇ ਮੰਦਿਰ ਥੇਹ ਵਿਚ

ਆਸੋਸ ਤੁਰਕੀ ਦੇ ਦੱਖਣ ਵਿਚ ਹੈ, ਜਿਥੇ ਦੂਜੀ ਈਸਵੀ ਸਦੀ ਪਹਿਲਾਂ ਦੇ ਬਣੇ ਏਥੀਨਾ ਦੇ ਮੰਦਿਰ ਦੇ ਥੇਹ ਦੇਖਣ ਲੋਕ ਵਹੀਰਾਂ ਘਤ ਕੇ ਜਾਂਦੇ ਹਨ। ਇਹ ਅਰਸਤੂ ਦਾ ਸਹੁਰਾ ਸ਼ਹਿਰ ਸੀ। ਉਹ ਏਥੇ ਤਿੰਨ ਸਾਲ ਰਿਹਾ ਤੇ ਜਿਮਨੇਜ਼ੀਅਮ ਵਿਚ ਗਿਆਨ-ਗੋਸ਼ਟਿ ਕਰਦਾ ਰਿਹਾ। ਮੰਦਿਰ ਨੂੰ ਰੋਮਨ, ਬਾਈਜ਼ਨਟੀਨੀ ਤੇ ਮੁਸਲਮਾਨ ਵਾਰੋ-ਵਾਰੀ ਢਾਹੁੰਦੇ ਰਹੇ।

## ASSOS, TURKEY

Man built, then destroyed, a temple by the sea
        a thousand years ago.

We went there covering a thousand miles
To see the ruins of mankind's heritage.

It was too hot
But the tourists didn't care much.
They were performing their duty,
Carrying cameras on their shoulders
        and mobile phones in their hands.

There were broken columns around
        lying on the ground.
We saw curious plants, flowers and animals engraved in stone.

Blades of grass reached through the crevices
        and a lone flower.
We saw a butterfly hovering over it.

We saw a butterfly
Flying in the ruins by the sea.

*Translated by Julia Casterton*

## ਅਪੋਲੋ ਮੰਦਿਰ ਡਿਡਿਮ

ਜਗਦਾ ਸੀ ਸੰਝ ਦਾ ਤਾਰਾ
ਅਪੋਲੋ ਮੰਦਿਰ ਦੇ ਅੰਬਰ 'ਤੇ
            ਤਣਿਆ ਚੰਦੋਆ
ਉੱਚੇ-ਉੱਚੇ ਪੱਥਰ ਥੰਮ੍ਹਾਂ ਚੁੱਕਿਆ

ਦੂਰ-ਦਰਾਜ਼ੋਂ ਆਣ ਜੁੜੇ ਸਨ
ਲਿਖਾਰੀ ਸ਼ਬਦ ਪੁਜਾਰੀ
ਮੰਦਿਰ ਦੇ ਖੰਡਰਾਂ ਦੇ ਅੰਦਰ
ਅਰਜ਼ ਗੁਜ਼ਾਰੀ          ਗਾਈ ਆਰਤੀ          ਧਿਆਨ ਧਰਾਇਆ -
ਜਿਨ ਗੁਮਨਾਮ ਕਿਰਤੀਆਂ ਜਾਨ ਗੁਆਈ
ਜੋੜ-ਜੋੜ ਕੇ ਪੱਥਰ-ਪੱਥਰ ਵਰ੍ਹਿਆਂ-ਬੱਧੀ
ਤਿੰਨ ਸਾਲ ਹਜ਼ਾਰਾਂ ਪਹਿਲਾਂ

ਲਿਖਾਰੀ ਸ਼ਬਦ ਪੁਜਾਰੀ ਕੀਤੀ ਰਚਨਾ
ਹਰ ਕਵਿਤਾ ਮੰਦਿਰ ਹੈ
ਹਰ ਕਵੀ ਹੈ ਕਿਰਤੀ
ਕਰਦਾ ਰਚਨਾ ਜੋੜ-ਜੋੜ ਕੇ ਅੱਖਰ-ਅੱਖਰ
ਇਹ ਕਵਿਤਾ ਦਾ ਮੰਦਿਰ ਬਿਨ-ਬਾਰੀ ਬੇਦਰ ਹੈ*
ਖੁੱਲ੍ਹਦਾ ਦਸੋ ਦਿਸ਼ਾਵਾਂ
ਜਿਸਦੀ ਆਸਮਾਨ ਹੀ ਛੱਤ ਹੈ

ਸਾਰਾ ਵੇਲਾ ਰਹੀ ਚੂਕਦੀ ਨਿੱਕੜੀ ਚਿੜੀਆ
ਦੋ ਪੰਛੀ ਉੜਦੇ ਦੇਖਣ ਦਰਸ ਨਜ਼ਾਰਾ
ਖੰਭ ਖੰਭਾਂ ਨੂੰ ਛੁਹੰਦੇ ਚੁੰਮਦੇ

ਇਹ ਸਭ ਕੁਝ ਦੇਖ-ਦੇਖ ਕੇ
ਹੋਰ ਵੀ ਲਿਸ਼ਕਣ ਲੱਗਾ
ਸੰਝ ਦਾ ਤਾਰਾ

– ਕੌਮਾਂਤਰੀ ਲਿਖਾਰੀ ਜੋੜਮੇਲਾ ਡਿਡਿਮ. ਤੁਰਕੀ 22 ਜੁਲਾਈ 2006

(ਅੰਗਰੇਜ਼ੀ ਤੋਂ ਉਲੱਥਾ)

* ਗ਼ਾਲਿਬ ਦੇ ਸ਼ਿਅਰ ਵਲ ਸੰਕੇਤ

## WRITERS MEET AT THE TEMPLE OF APOLLO, DIDIM, 21 JULY 2006

The evening star shone
    over the temple of Apollo.

The canopy of the sky stood on the columns of stone.

Worshippers of the word gathered in the ruins.

It was the time of remembrance
    for the Unknown Toiler
        who gave his life to build the temple.
Carrying and laying huge stones       one by one.

The workers of the word read their poems.

Every poem is a temple.
Every poet is a toiler
    who builds the temple.
Laying the words   one by one.
It has no door       no windows.
It opens in all the directions.
The sky is its ceiling.

While the poets read their poems
A sparrow kept on responding, perched on the high wall
Two swallows circled in the sky
Wings outstretched     touching and kissing

Seeing all this
The evening star shone brighter and brighter
Over the temple of Apollo
On the twenty-first of July, two thousand and six

*Originally written in English*

## ਰੰਗ ਮਹਿਲ ਜਿੱਥੇ ਹੋਵਣ ਤੇ ਨਾ ਹੋਵਣ ਦਾ ਨਾਟਕ ਦਿਨ ਰਾਤ ਹੁੰਦਾ ਹੈ

ਘਰ ਦਾ ਦਰ ਤਾਂ ਬੰਦ ਹੈ
ਬਾਹਰ ਲਿਖਿਆ ਖੁਣਿਆ ਨਾਮ ਜ਼ੰਗਖ਼ੁਰਦਾ ਪਿੱਤਲ਼ ਅੱਖਰ ਉੱਪਰ ਬਟਣ ਘੰਟੀ ਦੇ
H.W.B.
ਹੈਲਨ ਵੀਗਲ-ਬ੍ਰੈਸ਼ਟ

ਘੰਟੀ ਹੁਣ ਨਾ ਵੱਜਦੀ ਚਿਰ ਹੋਇਆ ਤਾਰ ਸੀ ਟੁੱਟੀ
ਕਦੇ ਬਟਣ ਦਬਾਇਆਂ ਅੰਦਰ ਲਟਕੀ ਸੀ ਟਣ ਟਣ ਵੱਜਦੀ
ਕੋਈ ਧਾੱ ਕੇ ਆਉਂਦਾ ਬਾਰ ਖੋਲ੍ਹਦਾ

ਹੁਣ ਇਹ ਥਾਂ ਘਰ ਨਹੀਂ ਅਜਾਇਬਘਰ ਹੈ ਇਥੇ ਨ ਕੋਈ ਰਹਿੰਦਾ
ਅੰਦਰ ਪਈ ਹਰ ਸ਼ੈ ਹੈ ਵੀ ਹੈ ਤੇ ਨਹੀਂ ਵੀ
ਘਰ ਤਾਂ ਉਹ ਹੁੰਦਾ ਜਿੱਥੇ ਹਰ ਸ਼ੈ ਜੋ ਹੁੰਦੀ ਸੱਚੀਓਂ ਹੁੰਦੀ
ਹਵਾ ਚ ਲਟਕੇ ਰੌਣਕ ਜੀਵਣ ਨਾਟਕ ਚਲਦਾ

ਤਿੱਖੇ ਨੱਕ ਵਾਲ਼ੀ ਗਾਈਡ ਕੁੜੀ ਸੈਨਤ ਕਰ ਸਮਝਾਵੇ
ਪੁਸਤਕ ਪੁਸਤਕ ਬੰਦ ਪਈ ਹੈ ਸੱਖਣੇ ਬਰਤਣ ਭਾਂਡੇ
ਰਿਜ਼ਕ ਨਾ ਮਹਿਕੇ
ਟੇਬਲ ਲੈਂਪਾਂ ਬੁਝੀਆਂ ਮੇਜ਼ ਕੁਰਸੀਆਂ ਪੱਬਾਂ ਭਾਰ ਉਡੀਕਣ
ਘਰ ਦੇ ਜੀਅ ਮੁੜ ਕੇ ਨ ਬਹੁੜੇ                    ਮੁੱਦਤਾਂ ਹੋਈਆਂ
ਟਾਈਪ ਮਸ਼ੀਨ ਦੇ ਅੱਖਰ ਸੁੱਤੇ ਉਂਗਲ਼ਾਂ ਦੀ ਛੁਹ ਬਾਝੋਂ
ਔਹ ਚੀਨੀ ਪੇਂਟਿੰਗ ਜਿਸਨੂੰ ਸ਼ਾਇਰ ਕਾਗ਼ਜ਼ ਉੱਤੇ ਲਾਹਿਆ ਕਵਿਤਾ ਕਰ ਕੇ
ਇਤਨੇ ਵਰ੍ਹਿਆਂ ਤੋਂ ਟੰਗੀ ਦੀ ਛਾਂ ਦਾ ਕੰਧ 'ਤੇ ਛਾਪਾ ਲੱਗਿਆ

ਸੈਲਾਨੀ ਪੱਬ ਧਰਦੇ ਹੌਲੀ ਹੌਲੀ
ਕਿਧਰੇ ਸੁੱਤੇ ਘਰ ਦੀ ਨੀਂਦਰ ਟੁੱਟ ਨਾ ਜਾਏ

ਘਰ ਵਾਲ਼ੇ ਤਾਂ ਬਾਹਰ ਵਿਹੜੇ   ਲੰਮੀਆਂ ਤਾਣ ਕੇ ਸੁੱਤੇ ਪਏ ਹਨ ਮਰਨੇ ਦਾ ਨਾਟਕ ਕਰਦੇ

## HOUSE OF PARADOXES: THE BRECHT-HAUS BERLIN

H.W.B. [Helene Weigel Brecht]
Don't press the rusty bell
        in that metal plate on the wall.
Ages ago, the wire snapped.
It doesn't ring any more.
No-one will come running to answer the door.

It is not a home now
        it's become a museum with opening times –
        a house of amusements
        a house of paradoxes
        the Brecht-Haus.

Every exhibit in the museum exists and doesn't exist
                                        simultaneously.
Dwelling places are their people. Without inhabitants they
                                        just desiccate.

The sharp-nosed German guide in her long linen shorts points out
        books, books on shelves, books left on the desk, half-open.
The table lamp, unplugged,
empty kitchen pans, no delicious aromas.

Tables and chairs wait on tiptoe
        for those who left and never returned.

The Royal typewriter keyboard misses the touch of fingers.
The shadow is still there behind the Chinese painting which
                                        hung here for years.
It became a poem when the master committed it to paper.

Tourists, tread softly
        lest the sleep of the house be disturbed.

ਪਹਿਲਾਂ ਜੀਉਣੇ ਦਾ ਕਰਦੇ ਸਨ
ਦੋ ਅਣਤਰਾਸ਼ੇ ਪੱਥਰ ਸੋਹੰਦੇ ਨਾਲੋ ਨਾਲੀ ਨਾਮ ਖੁਣੇ ਹਨ:
ਹੈਲਨ ਵੀਗਲ-ਬ੍ਰੈਸ਼ਟ
ਵਿਚਕਾਹੇ ਫੁੱਲ ਬੂਟਾ ਖਿੜਿਆ
ਦੂਜੇ ਪੱਥਰ ਉੱਤੇ ਨਾਮ ਨਾਟਮੁਨੀ ਦਾ
ਬਰਟੋਲਟ ਬ੍ਰੈਸ਼ਟ
ਤੇ ਔਹ ਨਾਲ ਪਰ੍ਹਾਂ ਹੀ ਬੜਾ ਫ਼ਲਸਫ਼ੀ ਹੇਗਲ ਰਹਿੰਦਾ
ਨਿਤ ਸੰਵਾਦ ਚਲੇ ਹੈ ਵਿਰੋਧ ਵਿਕਾਸੀ ਜੀਵਨ ਮ੍ਰਿਤਯੂ

ਇਸ ਨਾਟਕ ਵਿਚ ਹਰ ਜੀਅ ਹਰ ਸ਼ੈ ਰੋਲ ਨਿਭਾਵੇ
ਇਸ ਨਾਟਕ ਦਾ ਪਰ ਦਰਸ਼ਕ ਕੋਈ ਨਾ
ਅਰ ਅੰਤ ਨਾ ਕੋਈ

Those who lived here lie asleep in a nearby grave,
                                    acting dead.
In life, their acting was as real.

Two small stones sit side by side,
with names engraved:
          Helene Weigel-Brecht
                  and
          Bertoldt Brecht
          separated by a flowering shrub.

They are engaged with their neighbour Hegel
          in an eternal three-way dialogue about Time and
                          the Dialectics of Life and Death.

In the show
          all improvise their roles.
Even the audience are actors
In this stage-play with no end.

*Translated by Vanessa Gebbie*

## ਤਮਾਸ਼ਾ

ਮੰਚ ਸਜਾਇਆ         ਬਲਣ ਮਸ਼ਾਲਾਂ
ਹੁੰਦਾ ਹੈ ਦਿਨ ਰਾਤ ਤਮਾਸ਼ਾ

ਵੱਡੇ ਨਾਟਕ ਵਿਚ ਖੇਲਣ ਦੀ ਵਾਰੀ ਮੇਰੀ
ਜਿਸ ਦਾ ਅੰਤ ਵੀ ਵੱਡਾ

ਦਿਲ ਨੂੰ ਧੁੜਕੂ ਲੱਗਾ
ਮੂੰਹ ਸੁੱਕਦਾ ਹੈ
ਕਿਤੇ ਨ ਪੈਰ ਟਿਕੇ ਹੈ  ਹੋਸ਼ ਭੁਲਾਈ

ਭੁੱਲਿਆ ਸਭ ਕੁਝ
ਜੋ ਲਿਖਿਆ ਲਿਖਣ ਵਾਲ਼ੇ -
ਕੌਣ ਹਾਂ ਮੈਂ         ਕਿਉਂ ਹਾਂ ਆਇਆ         ਕਿੱਥੇ ਜਾਣਾ
ਕੁਝ ਰਿਹਾ ਨਾ ਚੇਤੇ
ਕਰ ਪੈਰ ਹਿਲਾਵਾਂ
ਧਰਤੀ ਤੇ ਆਕਾਸ਼ ਮਿਲ਼ਾਵਾਂ
ਬੋਲੀ ਜਾਵਾਂ ਜੋ ਮੂੰਹ ਵਿਚ ਆਵੇ
ਲੋਕੀਂ ਅਸ਼ ਅਸ਼ ਕਰਦੇ
ਵਾਹ ਵਾਹ ਆਖਣ -
ਗੱਲ ਬਣਦੀ ਤਾਂ ਇਉਂ ਬਣਦੀ ਹੈ!

ਪਰ ਭੋਲ਼ੇ ਲੋਕ ਨ ਜਾਣਨ
ਗੱਲ ਤਾਂ ਮੈਂ ਕੋਈ ਹੋਰ ਕਰਨੀ ਸੀ
ਰੂਹ ਵਾਲ਼ੀ ਦਿਲ ਵਾਲ਼ੀ
ਉਹ ਤਾਂ ਯਾਦ ਰਹੀ ਨਾ

ਹੁਣ ਕਦ ਪੁੱਗੂਗੀ ਵਾਰੀ ਮੇਰੀ
ਹੁੰਦਾ ਹੈ ਦਿਨ ਰਾਤ ਤਮਾਸ਼ਾ

# THE SHOW

The stage is set and the torches are burning
The show is on

Now it's my turn to take the role in this great play
               with a grand finale

My heart beats faster and faster
My mouth is dry
My legs turned to jelly

I have forgotten my lines in the script
        *Who am I? – Why am I here? – Where shall I go?*
Animated I move, waffling

Guileless spectators rejoice –
        *Bravo! – Well-done! – Great!*

They do not know
What I was to say
From deep down my soul
Has slipped my mind.

*Translated by Julia Casterton*

## ਛੁੱਟੀ ਦੀ ਘੰਟੀ

ਆਰੀਆ ਸਕੂਲ ਨਕੋਦਰ ਦੀ ਨਿੰਮ ਹੇਠ
ਨਮੋਲ਼ੀਆਂ ਦੀ ਗੰਧ ਲਟਕਦੀ ਹੈ
ਨਾਲ਼ ਓਸ ਦੇ ਘੰਟੀ
ਘੰਟੀ ਕੀ ਹੈ ਰੇਲ ਦਾ ਕੱਟਿਆ ਟੋਟਾ ਹੈ
ਜੋ ਵੱਡੇ-ਸਾਰੇ ਪੇਚ ਨਾਲ਼ ਵਜਾਇਆਂ ਟੁਣਕਦਾ ਹੈ
ਘੰਟੀ 'ਤੇ ਛਣੀ ਹੋਈ ਧੁੱਪ ਪੈਂਦੀ ਹੈ
ਛਾਂ ਹਿੱਲਦੀ ਹੈ ਪੱਤਿਆਂ ਦੇ ਨਾਲ਼ ਨਾਲ਼

ਸੰਸਕ੍ਰਿਤ ਦਾ ਮਾਸਟਰ ਪਾਠ ਪੜ੍ਹਾਉਂਦਾ ਹੈ -
*ਰਾਮ: ਕਿਮ ਕਰੋਤੀ*
*ਰਾਮ: ਪੁਸਤਕ ਪਠਤੀ*
ਮਾਸਟਰ ਦੀ ਛੇੜ ਮੁੰਡਿਆਂ ਚਿੜਾ ਪਾਈ ਹੋਈ ਹੈ
ਉਹ ਚਿੜੇ ਦੇ ਪਿੱਛੇ-ਪਿੱਛੇ ਬੋਲਦੇ ਹਨ
ਪਰ ਧਿਆਨ ਉਨ੍ਹਾਂ ਦਾ
ਨਿੰਮ ਹੇਠ ਲਟਕਦੇ ਲੋਹੇ ਦੇ ਟੋਟੇ ਵਲ ਹੈ
ਉਹ ਸਾਰਾ ਦਿਨ ਪਾਠ ਪੜ੍ਹ-ਪੜ੍ਹ ਹੰਭ ਗਏ ਹਨ
ਉਨ੍ਹਾਂ ਨੂੰ ਭੁੱਖ ਲੱਗੀ ਹੋਈ ਹੈ
ਉਨ੍ਹਾਂ ਘਰ ਜਾਣਾ ਹੈ
ਰਾਮ ਦਾ ਪਾਠ ਪੜ੍ਹਦਿਆਂ ਉਹ ਸੋਚਦੇ ਹਨ -
ਕਦੋਂ ਵੱਜੇਗੀ ਛੁੱਟੀ ਦੀ ਇਹ ਘੰਟੀ?

## THE LAST BELL

In Nakodar, my home town
There hangs the bell from the fragrant *neem* margosa tree
    in Arya High School.

The bell is a section of railway line.
It resonates when struck with a huge bolt.
The sun is cast on the bell sieved through the *neem*
The shadow quivers when the leaves move.

The Sanskrit teacher gives the lesson –
    *Rama kim kroti*
    *Rama pustak pathiti*
What does Rama do?
Rama reads his book.

Boys call their teacher Sparrow behind his back.

They parrot after Sparrow
But their eyes are on the steel bar.

They are bored with the lesson.
They are hungry.
They want to go home.
They wonder, repeating after Sparrow,
When will the bell ring?

*Translated by Julia Casterton*

## ਇਸ ਵੇਲੇ

ਇਸ ਵੇਲੇ
ਮੈਨੂੰ ਕਿਤੇ ਹੋਰ ਹੋਣਾ ਚਾਹੀਦਾ ਸੀ
ਜਿੱਥੇ ਮੈਨੂੰ ਕਿਸੇ ਚੀਜ਼ ਦੀ ਇੰਤਜ਼ਾਰ ਨਾ ਹੁੰਦੀ
ਖ਼ਤ ਦੀ
            ਟੈਲੀਫ਼ੋਨ ਦੀ
                        ਮੌਤ ਦੀ
ਵਗਦੇ ਰਾਹਵਾਂ
ਚੁੱਪ ਖੜ੍ਹੇ ਰੁੱਖਾਂ
ਤੇ ਤੇਰੀਆਂ ਯਾਦਾਂ ਨੇ
ਮੇਰੇ ਦਿਲ ਅੰਦਰ ਆਲ੍ਹਣਾ ਪਾ ਲਿਆ ਹੈ

ਹੁਣ ਬੜੀ ਦੇਰ ਹੋ ਚੁੱਕੀ ਹੈ
ਮੈਨੂੰ ਤਾਂ ਕਿਤੇ ਹੋਰ ਹੋਣਾ ਚਾਹੀਦਾ ਸੀ
ਜਿੱਥੋਂ ਮੈਂ ਸੀਟੀ ਵਜਾਉਂਦਾ
ਬੜੇ ਠੰਢੇ ਦਿਲ ਨਾਲ਼
            ਰੇਨਕੋਟ ਤੋਂ ਮੀਂਹ ਦੀਆਂ ਛਿੱਟਾਂ ਝਾੜਦਾ
ਤੁਰ ਪੈਂਦਾ ਓਧਰ
ਜਿੱਥੇ ਮੇਰੀ ਉਡੀਕ ਹੋ ਰਹੀ ਹੈ

## I SHOULD HAVE BEEN SOMEWHERE ELSE

I should have been somewhere else
At this moment
Somewhere I won't have to wait for
The letter
        the telephone
                or death
The busy roads
The silent trees
And memories of you
        nestled in my heart

But now it's too late
I should have been somewhere else
At this moment, from where
I could start
        whistling a tune, shaking
The raindrops from my coat
In a place where I'm missed

*Translated by Amarjit Chandan*

# NOTES

p. 17 [untitled]
The poet's family tree starts with the name of Dhreja (which literally means 'son of the earth') who lived in the seventeenth century.
*Shareenh*: Albizzia lebbek, a tree common in the Punjab.

p. 19 'Suchness – Memorial to an Unknown Immigrant'
*Astoria, Oregon*: the birthplace of the revolutionary Ghadar party formed in 1913 by workers from the Punjab to liberate India from British imperialism. Back home in the First Lahore Conspiracy Case, 291 Ghadris were tried and sentenced as under: death for 42, 114 were transported for life, 93 awarded varying terms of imprisonment. No one appealed against the punishments. "The Ghadar movement", as O'Dwyer, the colonial governor of Punjab, says, "was by far the most serious attempt to subvert British rule in India."
*Suchness*: *Shunya (Tathatã* in Sanskrit and Pali) – absolute emptiness, a key concept in Buddhist philosophy.

p. 21 'The Red Messenger'
*The Red Messenger* was an underground organ of the Punjab Kirti Kisan Party (Workers and Peasants Party of Punjab) in the 1930s.

p. 31 'The Sound'
*pit:* skin rash caused by intense heat.

p. 33 'The Algozé'
*Algozé*: Persian in origin, a pair of flutes played together.

p. 37 'The Door'
*taka:* a coin of very low value, here referred to in a Punjabi folksong.

p. 41 'Love'
In the original Punjabi, this word for 'love' is used as a pun. It also means 'thirst'.

p. 49 'Our Clothes'
*kurta:* an upper garment / long shirt for men and women.

p. 51 'This Moment'
*wasãl:* a meeting or union (typically used in the context of meeting a lover).

p. 55 'The First Kiss'
*sãz*: a musical plucked string instrument of Persian origin.

p. 57 'Why Metaphors'
*roti:* also known as chapati, it is an (unleavened) flatbread made from stoneground wholemeal flour.

p. 59 'Road of Life'
*Beghampura*: land without sorrow, a term coined in a poem by Saint Ravidas in the *Adi Granth* the sacred book of the Sikhs. Beghampura is the name of an idealised city where there is no suffering or fear, and all are equal.

p. 65 'In This Country'
*maojay:* Punjabi shoes

p. 69 'London Eye'
*murshid:* a mentor
*Bread of my sorrows*: an allusion to a metaphor used by the Punjabi Sufi poet Shah Hussain (1538-1599).

p. 73 'The Border':
*Banyan*: Ficus benghalensis, the banyan, is a large and extensive growing tree of the Indian subcontinent. It produces propagating roots, which grow downwards as aerial roots. Once these roots reach the ground, they grow into woody trunks that can become indistinguishable from the main trunk. It is considered sacred and also the national tree of India.
*khankah:* the tomb of a faqir.

p. 77 'Story-Line for a Five-Minute Film'
There is no music in the film. I watched this scene in Hungary by the Danube and there was no music playing. The film should be shot in sepia. For my son Navroz, the moral of the story is: *If at first you don't succeed, go home.*

p. 79 'Football'
My son Navroz refused to be this poem's first reader, protesting that 'football' is not 'a pumpkin'.

p. 85 'Motorway'
*Nakodar*: the poet's hometown in the Punjab
*beri:* the Punjabi name for the jujube, a small deciduous tree primarily grown for shade, but also bearing edible fruit.
*Kashi Nath Bodas* (1935-1995) was an Indian classical singer .

p. 87 'Assos, Turkey'
The temple of Athena is in Assos, a seaside resort in southern Turkey close to the island of Lesbos. It was built in the 6th Century BCE. Aristotle was married there. He lived and lectured there for three years in the gymnasium. Romans, Byzantines and Muslims repeatedly destroyed the temple.

p. 89 'Writers meet at the Temple of Apollo, Didim... '
*The sky is its ceiling*: an allusion to a metaphor used by the Urdu poet Mirza Ghalib (1797-1869).

AMARJIT CHANDAN (b. 1946, Nairobi) has published eight collections of poetry, five books of essays in Punjabi and one bi-lingual collection (with a preface by John Berger), *Sonata for Four Hands,* (Arc, 2010).

His poetry has been published in Arabic, Brazilian-Portuguese, Greek, Italian, Romanian, Slovenian and Turkish. He has edited and translated over thirty anthologies of poetry, fiction and creative non-fiction by, among others, Brecht, Neruda, Ritsos, Hikmet, Vallejo, Cardenal and John Berger in Punjabi.

Chandan was one of the ten British poets selected by the Poet Laureate, Andrew Motion, for National Poetry Day in 2001. He has participated in the Alderburgh, Ledbury, King's Lynn, Winchester poetry festivals and Poetry Parnassus in London in 2012. He represented the Punjab / UK in the International Literary Festival, Didim, Turkey in July 2006, Ptuj International Poetry Festival (Slovenia) in 2015, and Al-Marbed International Poetry Festival, Basra, Iraq in February 2017. His poems have been variously anthologised and broadcast – notably in *All That Mighty Heart: London Poems,* edited by Lisa Rus Spaar, University of Virginia Press, 2008.

His short poem carved in 40-foot long stone, both in its Punjabi and English versions, is installed in a public square in Slough, England.

His poems have been set to music and sung by Madan Gopal Singh, Arieb Azhar, Mrityuanjay Awasthy, Ali Aftab Saeed *et al.* Award winning filmmaker Gurvinder Singh made a 45-minute film on him titled *Awãzãn* (Voices) in 2017.

He was Poet in Residence in the University of California at Santa Barbara (January-June 2014). He is a trustee of *Modern Poetry in Translation* (founded by Ted Hughes).

JULIA CASTERTON was born in Nottingham in 1952 and graduated from the University of Essex with a first-class degree in comparative literature in 1975. In the early 1980s, she joined the editorial board of the London-based journal *Red Letters* and from 1986 to 1996, she published poetry and reviewed for *Ambit* poetry magazine. As a teacher, she had a long association with London's City Lit where, beginning in the 1980s, she taught creative writing to students of varying abilities. She published two books on creative writing: *Creative Writing* (1986) and *Writing Poems – A Practical Guide* (2005) and was much in demand as a reader and workshop leader.

In 2004, her first full-length collection of poems, *The Doves of Finisterre*, won the Jerwood Aldeburgh First Collection prize and in 2006, she received an Arts Council award to support the preparation of next collection of poems and, despite increasing ill-health, finished a first novel.

Julia Casterton died in February 2007.

VANESSA GEBBIE is a Welsh poet, novelist short fiction writer, editor, writing teacher and mentor. She has published two poetry collections, *The Half life of Fathers* (Pighog Press, 2014) and *Memorandum, Poems for the Fallen* (Cultured Llama, 2016), a novel *The Coward's Tale* (Bloomsbury, 2011), the A. N. Wilson's Financial Times Novel of the year 2011, and two volumes of short stories, *Words form a Glass Bubble* (2008) and *Storm Warning: Echoes of Conflict* (2010) both published by Salt. She is the recipient of a number of prestigious literary awards, including the Troubadour International Poetry Prize in 2012.

AJMER RODE was born in 1940 and is a Canada-based Punjabi poet, playwright and translator with five volumes of poetry to his credit. He writes in Punjabi and English, and his work has been featured in literary magazines and anthologies in Canada, India and the UK. In 1994, he received the Lifetime Achievement Award from the Government of Punjab.

JASPAL SINGH, a classmate of Amarjit Chandan's in Panjab University, was awarded a PhD in Anthropological Linguistics for his thesis on Ernest Hemingway. After retiring as the Director of Ambedkar Institute, Mohali (Punjab), Singh was appointed Editor of the Punjabi daily *Desh Sewak*, a post he held for six years. He wrote a regular literary column for

*The Tribune* for twenty-one years. He has produced research papers on Western Critical Thought and has published three books on literary semiotics. He lives in Chandigarh.

Stephen Watts is a poet, editor and translator. Among his own most recent books are *Mountain Language* (2008) and *Journey Across Breath* (2011), both published by Hearing Eye and with Italian translation by Cristina Viti; *Ancient Sunlight* (Enitharmon, 2014); and *Republic Of Dogs / Republic Of Birds* (Test Centre, 2016). Among his co-translations are chapbooks by Ziba Karbassi and Adnan al-Sayegh, full-length collections by A. N. Stencl (*All My Young Years*) Meta Kušar (*Ljubljana*) and Adnan al-Sayegh (*Pages from the Diary of an Exile*), and anthologies of Slovenian, Kurdish and Georgian poetry. He edited Amarjit Chandan's *Sonata For Four Hands* for Arc Publications in 2010 and is currently is working on translations of Tonino Guerra, Victor Sunyol and Ziba Karbassi's poetry.

He has read his own work internationally, most recently in Sibiu, Bucharest, Milan and Ravenna. In 2010 he read at festivals in Syria and works closely with the Syrian poet Golan Haji who lives now in Paris.

John Welch was born in London in 1942. He read Modern languages at Cambridge and has taught in France, Pakistan and for many years in East London schools. He edited *Stories from South Asia*, an anthology for school and college use, published by Oxford University Press in 1984. In 1976, he founded The Many Press, which published the work of a wide range of contemporary poets including Amarjit Chandan's pamphlet collection *Being Here*.

His own *Collected Poems* appeared from Shearsman in 2008, since when they have published two further collections: *Visiting Exile* in 2009, and *Its Halting Meaure* in 2012.

As a translator, he has worked with Amarjit Chandan for many years, and also with the London-based Iraqi poet Abdulkareem Kasid whose collection *Sarabad* (Shearsman, 2015) he co-tranlsated.